போர் முரசு

கலைஞர் மு. கருணாநிதி

Title: Por Murasu

Author: M. Karunanidhi

Language: Tamil

First Published on: 1985

Year of Publication: 2024

Book Format: Paperback

*Page Size: 6inch * 9inch*

Category: Essays

Subject: Political Essays

No. of pages: 66

ISBN: 978-81-996770-5-0

Published by: Nilan Publishers, Madurai, Tamilnadu, India

பொருளடக்கம்

குறிப்புகளுக்காக

"தண்டவாளத்தில் தலை வைத்துப் படு என்றாலும், அமைச்சர் பதவியை ஏற்றுக் கொள் என்றாலும், இரண்டையும் சமமாகக் கருதுபவன்தான் என் தம்பி கருணாநிதி'

(பேரறிஞர் அண்ணா-1968இல்)

பதிப்புரை

தமிழகத்தில் திருச்சி மாவட்டத்தில் "கல்லக்குடி-பழங்காநத்தம்" என்ற ஊரில் அமைந்த புகைவண்டி நிலையத்துக்கு வடநாட்டு ஆதிக்கச் சின்னமாக 'டால்மியாபுரம்'' என்று பெயர் அமைந்ததை எதிர்த்து தி.மு.கழகம் 1953-ல் நடத்திய, கல்லக்குடி போராட்டத்திற்கு அறிஞர் அண்ணா அவர்கள் கலைஞர் மு. கருணாநிதி அவர்களைத் தலைவராக நியமித்தார்கள். அந்தத் தலைமைத் தளபதி களம் புகுந்து, முல்லை சக்தி, கஸ்தூரி ராஜ், குழந்தைவேலு, குமாரவேலு ஆகிய கழகக் காளையருடன் தனது 29 வது வயதில் தண்டவாளத்தில் தலைவைத்துப் படுத்து ரயிலை நிறுத்தி மாபெரும் அறப் போரை நடத்தினார். ஆறு மாதக் கடுங்காவல் தண்டனையும் பெற்றார். அந்தப் போராட்ட விளக்கக் கூட்டத்தில் அவர் கொட்டிய முரசே இந்த நூல். பல பதிப்புகள் வெளிவந்துள்ள இந்த வீர உரையை பாரதி பதிப்பகமும் வெளியிடுவதில் வெளியிடுவதில் பெருமை அடைகிறது.

பழ.சிதம்பரம்

போர் முரசு

நாம் பலப்பல உலக சூழ்நிலைகட்கு மத்தியில் இங்கு கூடி யுள்ளோம். உலகத் தொழிலாளர்களின் ஒப்பற்ற தலைவன், இரவையும் பகலாக்கிப் பாட்டாளி மக்களுக்காகப் பாடுபட்ட அகில உலகத் தொழிலாளர் தலைவன் ஸ்டாலின் இறந்தபின், மலங்கோவ் பதவி ஏற்று அமெரிக்காவுக்குச் சமாதான அழைப்பு விடுக்க, அந்த சமாதான அழைப்பு உண்மை தானா அல்லது சமாதானத் திரைக்குப் பின்னால் ஏதாவது சதித் திட்டம் மறைந்து இருக்கிறதா என்று அமெரிக்க ஏடுகள் ஆராய்ந்து கொண்டிருக்கிற நேரத்தில், இதுவரை யுத்தத்தை அரக்கன் என்று கார்ட்டூன் போட்டுக் கொண்டிருந்த அவ்வேடுகள் இன்று சமர்க்களத்தில் சமாதானம் நிலவுவது கண்டு வெண்புறாவைக் கார்ட்டூன் போட்டுக் காட்டும் வேளையில் நாம் இங்கு கூடியுள்ளோம்.

உலகின் மற்றொரு பகுதியில், பாகிஸ்தானில், பிரதம மந்திரி நாற்காலியை விட்டு நாசிமுதீன் தள்ளப்பட்டு, அந்த நாற்காலியில் வேறு ஒருவர் கவர்னர்-ஜெனரலால் நியமிக் கப்பட்டுள்ள நிலையில் நாம் இங்கு கூடியுள்ளோம்.

மற்றும் ஒரு புறத்தில், அக்டோபரில் ஆந்திரம் பிரிவதை ஆந்திரர்கள் எதிர்பார்த்துக் கொண்டுள்ள சமயத்தில் கூடியுள்ளோம்.

வரலாற்று முக்கியத்துவம் வாய்ந்த பல நிகழ்ச்சிகள் நடக்கும் இந்த நேரத்தில்தான் நாமும் டால்மியாபுரப் போராட்டத்திற்குப் போர் முரசு கொட்டி விட்டோம்.

நம் இன்பத் திராவிடத்திற்கான இலட்சியபாதையில் முறியடித்து நொறுக்க வேண்டிய முட்டுக் கட்டைகளில் ஒன்று வடநாட்டு ஆதிக்கம்.

ஆதிக்கம், அது தனி மனிதனுடைய ஆதிக்க மானாலும், பாட்டாளியைப் பட்டினி போட்டு வதைக்கும் பணம் படைத்தவனின் ஆதிக்கமானாலும், பண்ணையாளைப் பதை பதைக்கச் செய்யும் நிலம் படைத்த மிராசுதார்களின் ஆதிக்கமானாலும், தொழிலாளியைக் கசக்கிப் பிழியும் ஆலை முதலாளியின் ஆதிக்கமானாலும், பாமரனிடம் பரலோகம் இகலோகம் என்று சொல்லி பணம் பறிக்கும் பார்ப்பனின் ஆதிக்கமானாலும் அல்லது நாடுகளையே ஆட்டிப் படைத்து அடிமை கொள்ளும் வல்லரசுகளின் ஆதிக்கமானாலும் அது எந்தவிதமான தன்மையுடையதானாலும், ஆதிக்கம் அழிந்துபடும் படலம் ஆரம்பமாகி விட்டது!

ஒரு காலம் இருந்ததுண்டு. எப்போதும் சூரியன் பிரகாசித்துக் கொண்டிருக்கும் வகையில் உலக மெங்கிலும் பிரிட்டிஷ் சாம்ராஜ்யம் பரந்திருந்த காலம். அதே பிரிட்டன் இன்று பரிதாப நிலையை அடைந்திருக்கக் காண்கிறோம். பெரியதொரு சாம்ராஜ்யத்தையுடையது என்ற பெரும் புகழுடன் திகழ்ந்த ஒரு வல்லரசு "பிரிட்டிஷ் காமன் வெல்த்' என்ற ஒரு நெல்லிக்காய் மூட்டையை, உலகுக்குக் காட்டி தனக்கும் பல நாடுகளின் ஆதரவு இருப்பதாக வேஷம் போட்டு, தன்னையேதான் ஏமாற்றிக் கொண்டு எனினும் ஒரு போலிச் சந்தோஷத்தை வெளிக்குக் காட்டிக் கொள்ள வேண்டிய நிர்ப்பந்தம் ஏற்பட்டிருக்கிறது. இன்று சர்வதேச அரங்கில் பிரிட்டனுக்குக் கொஞ்சம் நஞ்சம் செல்வாக்கு இருக்கிறதென்றால், அது காலிப் பெருங்காய டப்பி வாசனையைப் போன்றதுதானே தவிர வேறில்லை. உண்மையைச் சொல்ல வேண்டுமானால், பிரிட்டன் இப்போது ஒரு வல்லரசே அல்ல, பெயரில் தவிர! வல்லரசு என்றால் உலக விவகாரங்களில் அதற்கென ஒரு தனி அபிப்ராயம் இருக்க வேண்டும். அதைத் தைரியமாக வெளியில் கூறவும், அதைப் பலர் ஆதரிக்கவும் வேண்டும், வல்லரசின் வார்த்தை என்றால் சர்வதேச அரங்கில் அதற்கு ஒரு தனி செல்வாக்கு, மதிப்பு இருக்க வேண்டும். ஆனால்

பிரிட்டனின் இன்றைய நிலை அப்படியல்ல. கம்யூனிஸ்ட் சீனாவை யாவரும் அங்கீகரிக்க வேண்டும், அதற்கு ஐ.நா. வில் இடந்தர வேண்டியதுதான் நியாயம் நேர்மை என்பதை உணர்ந்திருந்தும், அந்தக் கருத்தை வலியுறுத்தத் தயங்கும் காரணம் என்ன? பிரிட்டன் இன்றைக்கு அமெரிக்காவின் சுட்டு விரல் ஆட்டத்திற்கு ஆடும் பொம்மையாக ஆகி விட்டதுதான்.

உலகமே வியக்கத்தக்க வகையில், கம்பீர நடை போட்டுக் கொண்டிருந்த பிரிட்டிஷ் சிங்கம் தன் உறுமல்களை நிறுத்திக் கொண்டது மட்டுமல்லாமல் அமெரிக்கக் கூண்டுக் குள்ளும் போய் அகப்பட்டுக் கொண்டது! எந்த அமெரிக் காவுக்கு, ஒரு காலத்தில் சுதந்திரம் வழங்க மறுத்ததோ அதே அமெரிக்காவிடம் மண்டியிட்டு பிச்சை கேட்க வேண்டிய நிலை பிரிட்டனுக்கு ஏற்பட்டு விட்டது. பரிதாபம்! பரிதாபம்! பரிதாபம்! மிக மிகப்பரிதாபம்!

இத்தகைய 'பரிதாப'த்திற்குரிய நிகழ்ச்சிகள் சமீபத்தில் ஒன்றல்ல பல நிகழ்ந்துள்ளன.

கோலாகல வாழ்வு நடத்திய எகிப்து மன்னன் பரூக்கின் மணிமுடி மண்ணில் உருண்டு விட்டது. இந்த மதோன் மத்தன் செய்த ஆடம்பர அக்கிரமச் செயல்கள் எத்தனை? தன் குடிமக்கள் இரத்தம் சுண்ட வியர்வையை நீராக்கிப் பாய்ச்சி, நிலத்தில் பாடுபட்ட நேரத்தில் இரத்தச் சிகப்புடைய திராக்ஷை ரசத்தைக் குடித்துக் கொண்டிருந்தான்! ஏழைத் தொழிலாளிகள், வயிற்றுப் பிழைப்புக்காக, பெரும் பாரங்களைச் சுமந்து முதுகெலும்பொடிய மிருகமென உழைத்துக் கொண்டிருந்த நேரத்தில், சிற்றிடை துவள நடந்துவரும் ஒய்யாரிகளின் கொவ்வை இதழ்களை சுவைத்துக் கொண்டிருந்தான்! வளமிக்க நயில் நதி தீரமாயினும், நிலப் பிரபுக்களின் கொடுமையினால் போதிய உணவின்றி பசி, பட்டினியால் துடிதுடித்த உழவர்கள் அடி வயிற்றை கையால் பிசைந்து கொண்டு, மண் தரையில் புரண்டு கொண்டிருக்க, மன்னன் என்ற பெயர் படைத்த

மந்தகாசன் மங்கையரின் மலர்க்கரம் பற்றி மஞ்சத்திலே புரண்டு கொண்டிருந்தான்! அது மட்டுமா? பருத்திக்குப் பெயர் பெற்ற எகிப்திய மண்ணில் பிறந்த மக்களில் பலர் போதிய ஆடையின்றி அரை நிர்வாணக் காட்சியளிக்க, சதைப்பொதியெனத் தோற்றமுடைய பரூக் ஆயிரக் கணக்கான ஆடைகள் வைத்திருந்தான்! ஆம், ஒரு தனி மனிதன் தன் சொந்த உபயோகத்துக்கு மட்டும் ஆயிரக் கணக்கில் விதவிதமான விலையுயர்ந்த ஆடைகள் வைத்திருந் தான்! ஆத்திரத்தில் கூறும் வார்த்தையல்ல; நேரில் கண்டவர் சொல்லும் உண்மைத் தகவல்; பத்திரிகைகளில் வெளியான செய்தி. நினைத்த நேரத்தில் கைபோட்டு எடுத்துக் கொள்ள, வேண்டிய பொக்கிஷம் இருக்கிறதென்ற தைரியத்தில் அவன் செய்த ஆடம்பரச் செலவுகள் எவ்வளவு? கேட்டால் மனம் பதறும்!

அவன் அரண்மனையிலிருந்த கார்கள் மட்டும் இரு நூறுக்கு மேற்பட்டவை. அவற்றில் ரோல்ஸ் ராய்ஸ், காடிலாக் போன்ற விலையுயர்ந்த கார்கள் பல. அரண்மனை சிங்காரத் தோட்டத்தைக் கவனித்துக் கொள்ள நானூறு ஆட்கள். அவன் அறைகளில் எங்கு பார்த்தாலும் நிர்வாண கோலத்தில் இளமையின் துடிப்பை வெளிக் காட்டி நிற்கும் மங்கையரின் படங்கள், சிலைகள்! கட்டித் தங்கத்தாலான மைக் கூண்டுகள், வைரமும் கோமேதகமும் பதித்த பிடியுடைய பேனாக்கத்திகள், நாற்காலி மேஜைகளுக் கெல்லாம் தங்கத்தாலும், தந்தத்தாலும் பூண்கள், உலகத்தின் பல பாகங்களிலிருந்து வரவழைக்கப்பட்ட மூக்கைத் துளைக்கும் வாசனைத் தைலங்கள் பெட்டி பெட்டியாக! இப்படி ஒரே அட்டகாசமாக இருந்திருக்கிறது அவன் ஆடம்பர வாழ்க்கை.

இன்னொன்றும் கூறப்படுகிறது. அவனுக்கொரு காரிய தரிசியாம். அக் காரியதரிசிக்குத் தரப்பட்ட வேலை எகிப்து நாட்டிலுள்ள இளமை ததும்பும் பேரழகிகளின் பட்டியலைத் தயாராக, அவர்கள் புகைப்படங்களுடன் வைத்திருக்க வேண்டுமாம். மன்னர், தமக்கு வேண்டிய கனிகளை அவ்வப்போது சுவைத்துக் கொள்ள செய்யப்பட்ட ஏற்பாடாம்

இது! பரூக்கின் மூளை சுறுசுறுப்பாய்த்தான் வேலை செய்திருக்கிறது இந்த விஷயத்தில்! ஆனால் ஏழையர் வாழும் நாட்டிலே எத்தனை நாளைக்கு நீடிக்கும் இந்த வாழ்வு என்பதை அவனால் அறிந்து கொள்ள முடியவில்லை. இன்றில்லாவிட்டால், நாளை, ஏழை எரிமலையா வான், நாட்டில் புரட்சி கிளம்பும், அதற்கேற்ற ஒரு தலைவனும் தோன்றுவான் என்று அவனால் உணரமுடியவில்லை. அதன் விளைவுதான் ராணுவத் தலைவன் ஜெனரல் நஜீபின் கட்டளைக்குப் பணிந்து சிம்மாதனத்தை விட்டு இறங்கியது மல்லாமல், கண்ணீரும் கம்பலையுமாக. தான் காதலித்து மணம் புரிந்த காரிகையுடன் கப்பல் ஏறி நாட்டை விட்டே வெளியேற வேண்டிய 'பரிதாபம்' ஏற்பட்டது!

இங்கு, இந்தியாவில் சமஸ்தான மன்னர்கள் என்றழைக்கப்பட்ட உல்லாச புருஷர்கள் புரிந்த லீலைகள் மட்டும் கொஞ்சமா? அவர்களின் களியாட்டங்கள் கணக்கிலடங்குமா? பெயர்தான் பரோடா மன்னர்; பரவசந்தரும் படாடோப வாழ்க்கைக்குத் தேர்ந்தெடுத்துக் கொண்ட இடம் லண்டன் மாநகரம்! பெயர்தான் போபால் மன்னர்; போக போக்கியங்களில் புரள வருடத்தில் பன்னிரண்டு மாதங்கள் தங்கியது பாரிஸில்! இப்படி குடிகளைக் கசக்கிப் பிழிந்து வசூலித்த வரிப்பணத்தையெல்லாம் வகை வகையான இன்பம் சுவைப்பதில் வாரி இரைத்து வந்தனர். இராஜ்ய பரிபாலனம் செய்ய வேண்டியவர்கள் ரசாபாசத்தில் திளைத்திருந்தனர். உயரிய வாழ்க்கைக்கு வழி காட்டவேண்டிய உத்தமர்கள் உன்மத்தர்களாயிருந்தனர். பலன், இன்று இராஜப் பிரமுகர்கள் என்ற பெயரோடு திருப்தி யடையவேண்டிய இஸ்பேட் ராஜாக்களாகி விட்டனர்!

இவர்களுக்குக் கொஞ்சமும் சளைத்தவர்களல்ல ஜமீன் தார்களும்! ஏதோ தங்கள் 'சக்தியானுசாரம்' சரச சல்லா பங்கள் செய்யாதவர்களல்ல! அவர்கள் விரும்பிய அளவுக்குப் பணம் இருந்திருந்தால், பாரிஸ் என்ன, ரம்பை ஊர்வசி நடனமாடுவதாகச் சொல்லப்படும் பரமண்டலத் துக்கே

பறந்து செல்ல முனைந்திருப்பர். பாவம், இன்று பட்டண வாழ்க்கைக்கே சர்க்கார் தரும் நஷ்ட ஈடு, ஈடு கட்டினால் போதும் என்றாகிவிட்டது!

பரிதாபம்! பரிதாபம்! பலமிக்க சாம்ராஜ்யங்கள் சரிந்து விழுகின்றன! மன்னர்தம் முடிமணிகள் சாய்கின்றன! ஆம், ஆதிக்கத்தின், சுரண்டலின் அழிவுக் காலம் ஆரம்பமாகி விட்டது!

இந்த நல்ல நேரத்தில்தான், சரியான சமயத்தில்தான், தக்க தருணத்தில்தான் திராவிட முன்னேற்றக் கழகம் திராவிட இன வளர்ச்சிக்குத் தடையாகவுள்ள இரு ஆதிக்கங்களை எதிர்த்து தன் தீவிர போராட்டங்களைத் தொடங்கியிருக்கிறது. வடநாட்டு ஆதிக்கம். முக்கியமாக நம் எதிர்ப்புக்குச் சவால் விடுத்துவருகிறது. நாமும் சவாலை ஏற்றுக் கொண்டு, போர் முரசு கொட்டிவிட்டோம். அந்தப் போரின் முதல் களந்தான் டால்மியாபுரம்! அதற்கு தளபதியாக இருந்து பணி புரியும் வாய்ப்பு, பேறு எனக் களிக்கப்பட்டிருப்பது குறித்து பெருமகிழ்ச்சி அடைகிறேன்.

மற்றொரு போர், பார்ப்பனீய எதிர்ப்புப் போர், தற்போதைக்கு நாம் நடத்த வேண்டிய அவசியமில்லாத சூழ்நிலை ஏற்பட்டிருக்கிறது. காரணம், இன்று தமிழகத்தில் பார்ப்பனீயத்தைக் கட்டிக் காக்க, பல தில்லு முல்லுகளின் மூலம் ஆட்சியைக் கைப்பற்றியுள்ள குல்லுகபட்டரை ஒழிக்கும் பணியைத் தேசிய திராவிடர்களே ஏற்றுக் கொண்டுள்ளனர். காங்கிரஸ் கோட்டைக் குள்ளாகவே குத்து வெட்டு காணப்படுகிறது. காமராஜர்-ஆச்சாரியார் போர் மீண்டும் மூண்டுவிட்டது. இந்தபோர் விசித்திரமானது.

நேருக்கு நேர் பலப் பரீட்சை இல்லை. ஒரு புறம் தோள் பலமும் மற்றொரு புறம் சாணக்கியமும் நின்று சமர் புரிகிறது.

ஆச்சாரியார் ஆட்சியைக் கவிழ்க்க அக்டோபர் அதிர்ச்சியைக் 'காமராஜர் எதிர்பார்த்துக் கொண்டிருக்க, அதே நேரத்தில் ஆச்சாரியார் காமராஜரைக் கவிழ்க்க கச்சைக் கட்டிக்

கொண்டிருப்பதைக் காணும்போது இராவணன் கயிலையைப் பெயர்த்த கதைதான் நினைவுக்கு வருகிறது. மறந்திருப்போர் நினைவு படுத்திக் கொள்ளுங்கள். தெரியாதவர்கள் பஜகோவிந்தம் பாடும் தோழர்கள் யாரையாவது கேட்டுத் தெரிந்து கொள்ளுங்கள்.

பரமசிவன் பரவச நிலையில் கயிலையில் அமர்ந்திருந்த நேரத்தில், அந்தக் கயிலையை இராவணன், தன் தோளின் வலிமையால், புஜபல பராக்கிராமத்தால், இரும்பு போன்ற தன் கரங்களால் அசைக்க, அது கடகடவென நடுங்க, அதைக் கண்ட கைலாச பதியான அந்தக் கடவுள் தனது கட்டை விரலால் அந்தக் கயிலையை அழுத்த, அதன் அடியில் இராவணன் சிக்கி, பின் தனது கையை வெட்டி, வெட்டிய கையை வீணையாக அமைத்து, கானம் எழுப்பி, கடவுளைக் களிப்பித்து மீண்டானாம்! இது கதை.

அம்மாதிரிதான், காமராஜர் என்ற இராவணன் ஆச்சாரியார் ஆட்சி என்ற கயிலையை அசைக்க, அது ஆட்டம் காண, பின் தனது கட்டை விரலான சி.சுப்பிரமணியத்தின் உதவியால் கயிலையை அழுத்தி அந்த ஆட்டத்தை நிறுத்தப்பார்க்கிறார். இது நிலை. முடிவு என்ன ஆகும் என்பது நமக்குத் தெரியாது.

ஆனால், பகத்சிங்கால் பாதுகாக்கப்பட்ட காங்கிரஸ் தான், திருப்பூர் குமரனால் காக்கப்பட்ட காங்கிரஸ்தான், உப்புச் சத்தியாக்கிரகத்தில் தன் உயிரை ஈந்த தில்லையாடி வள்ளியம்மையால் வளர்க்கப்பட்ட காங்கிரஸ்தான், பதவி, பதவி, பதவி என வெறிபிடித்து அலையும் வெறியர்களின் விளையாட்டு அரங்கமாக மாறிவிட்டது! அந்த வெறி யாரை விட்டது? அகில இந்திய தலைவர் மாஜி கவர்னர்- 'ஜெனரல், தமிழ்நாட்டு காந்தி, கல்கி'யின் அகராதிப்படி 'மகான்' என அழைக்கப்படும் ஆச்சாரியாரை விட்டதா? அவர் சென்னை முதன் மந்திரியாக வர எவ்வளவு துடிதுடித்தார் என்பது நமக்குத் தெரியாதா? அதற்குள்ளாகவா மறந்துவிட்டோம் அவர் அப்போது செய்த ஜால வித்தைகளை, காட்டிய பாசாங்கை, நடித்த நடிப்பை? போதிய மெஜாரிட்டி மூலம்

சர்க்காரை அமைக்க வழி வகை அற்றுப் போன காங்கிரஸ், எதிர்க்கட்சியினர் சிலருக்கு வலை வீசி தம்முடன் சேர்த்துக்கொள்ள திட்டமிட்டது. இந்த வலை வீசும் காரியத்திற்கு, குள்ளநரிச் செயல்களுக்கு யார் ஏற்றவர் என்ற கேள்வி பிறந்தது. கருப்புக்கண்ணாடிக்காரர், அவர்கள் கண்முன் தோன்றினார். அடித்தது யோகம் ஆச்சாரியாருக்கு.

ஆனால் தம் நெடுநாலைய ஆசை பூர்த்தியாகப் போகிறதே என்று அவர் வெளியில் காட்டிக் கொண்டாரா? அதுதான் இல்லை. நெஞ்சழுத்தக்காரர் நெகிழ்ந்து கொடுக்கவில்லை. அவர் மனதிற்குள் எவ்வளவு ஆனந்தப் பட்டிருப்பார் என்பது நமக்குத் தெரியும், ஏன், எல்லோருக்குமே தெரியும். எனினும் அவர் சொன்னார்:

“என்னை ஏன் தொந்தரவு செய்கிறீர்கள்? எனக்கு வயதாகி விட்டது. நான் இனி பூரண ஓய்வெடுத்துக் கொள்ளப் போகிறேன். கண்டிப்பாய் முடியாது"

“அப்படியெல்லாம் சொல்லக்கூடாது. தாங்கள் தான்"

"இல்லை, பிரயோசனமில்லை. நான் முடிவு செய்து விட்டேன்"

"இதோ பாருங்கள், எத்தனை பேர் தாங்கள் தான் வேண்டும் என்று சொல்லுகிறார்கள்"

"தனித் தனியே எத்தனை பேர் சொன்னால் லாபம்? எதுவாயிருந்தாலும் காங்கிரஸ் எம். எல். ஏக்கள் எல்லாம் ஒன்று சேர்ந்து ஒரு தீர்மானம் மூலம் தெரிவிக்க வேண்டும். அதுதான் முறை. ஆனால் நான் பதவி ஏற்பேன் எனச் சொல்ல முடியாது"

'இதோ நிறைவேற்றிவிட்டோம் தீர்மானம், தாங்கள் தான் எங்கள் சார்பில் சர்க்காரை அமைக்க வேண்டும் என்று”

“நீங்கள் முடிவு செய்துவிட்டால் போதுமா? காங்கிரஸ் மேலிடம் ஒப்ப வேண்டாமா? இதெல்லாம்

எப்படியும் நான் வரப்போவதில்லை.

“மேலிடத்து ஒப்புதல் வந்து விட்டது”

“தாங்கள் ஒன்றும் சொல்லக்கூடாது”

எதற்கு?

"ஊம், எனக்கு என்னமோ இஷ்டமில்லை. உங்கள் தொந்தரவுக்காகத்தான் சம்மதிக்கிறேன்”

இத்தனை ‘பிகு'வுடன், குற்றாலத்து முனிவர், 'அரசியல் துறவி' ஆச்சாரியாரின் பதவி ஏற்கும் படலம் நடந் தேறியது. சரி, இராஜ்ய பரிபாலனத்தை ஏற்றுக் கொண் டாரே, "இந்தியாவின் மூளை'" அவர் இனி இன்னின்ன காரியத்தைச் சாதிக்கப் போகிறேன் என்று சொன்னாரா? நாட்டில் பசி, பட்டினி, பஞ்சம் தாண்டவமாடுகிறதே இதற்கு இந்த வகையில் பரிகாரம் தேடப் போகிறேன் என்று கூறினாரா! தொடர்ந்து ஐந்தாறு வருடங்களாக மழை பெய்ய வில்லையே இதற்கு நிவாரணமளிக்க இந்த திட்டத்தை மேற்கொள்ளப் போகிறேன் எனத் தெரிவித் தாரா? இல்லை.

உண்மையில் நாட்டு நலனில் அக்கரையுடையவரா யிருந்தால்; மக்கள் கஷ்ட நஷ்டங்களைப் போக்க வேண்டு மென்ற மனப்பூர்வமான எண்ணத்துடன் ஆட்சிப்பொறுப்பை ஏற்றவராயிருந்தால் என்ன செய்யப் போகிறேன் என்று சொல்ல முடியா விட்டாலும் ஏதைச் செய்ய விரும்புகிறேன் என்றாவது சொல்லியிருப்பார்! ஆனால் எதையோ மனதில் வைத்துக் கொண்டு, வேறு உள்நோக்கத்தோடு, வந்த வாய்ப்பைப் பயன்படுத்திக் கொண்டு முதன் மந்திரியாகி விட்ட ஆச்சாரியார் "பஜகோவிந்தம் பாடுங்கள்! பசி தீரும்" ஆண்டவனைப் பிரார்த்தியுங்கள், மழை பெய்யும், இதற்கெல்லாம் நான் ஒன்றும் செய்யப்போவதில்லை, நான்

வந்த காரியம் வேறு, அது போகப் போகப் உங்களுக்கே தெரியும்" என்கிற மாதிரியில் தாம் சென்றவிடங்களில் எல்லாம் சொல்லி வருகிறார். இந்த சாணக்கியம் நமக்குப் புதிதல்ல; அதன் இறுதி முடிவு என்னவென்பதையும் நாம் அறியாதவர்களல்ல.

இத்தாலிய நாட்டு அறிஞன் மாக்கியவல்லி தான் எழுதிய ஒரு நூலில் அவதிப்படுகிற மக்களின் மனதை ஆண்டவன் பக்கம் திருப்பிவிடு. எதற்கு எடுத்தாலும் 'ஆண்டவன்மேல் பாரத்தைப் போடு' என்று கூறியிருந்ததைப் பலப்பல சர்வாதிகாரிகள் கடைப் பிடித்து வந்தார்கள். அந்த சர்வாதிகாரிகள் சாய்ந்த சரித்திரத்தை சாணக்கியர் ஆச்சாரியார் அறியாததாலோ அல்லது அறிந்தும் இது இடைச் செருகல் என்று எண்ணி விட்டதாலோ இதே கொள்கையை அவரும் கடைப்பிடித்து வருகிறார்.

ஆனால் ஆஸ்திகப் பிரசாரம் செய்யும் அவரது ஆட்சியில் கூட கடவுள் சிலைகள் எவ்வளவு நாதியற்றுக்கிடக்கின்றன என்பதை, என்னதான் பக்தி ரசம் நாட்டில் பெருகினாலும் சிலை சிலைதான், கல் கல்தான் என்ற சரியான பாடத்தை முதன் மந்திரி ஆச்சாரியாருக்கு கலைக்டர் பழனியப்பன் கற்பித்திருக்கிறார்.

நாம் அன்று சொன்னோம். எல்லா ஊர்களிலுமுள்ள கடவுள் சிலைகள் எல்லாம் ஒன்று சேர்த்து, கையிழந்த சிலைக்குக் கையை வைத்து, மூக்குடைந்த சிலைக்கு அந்த மூக்கை ஒட்ட வைத்து, மூளியாயுடைய சிலையை அந்த மூளியைச் சரி செய்து, காலிழந்த சிலைக்குக் காலை அளித்து கலைகாட்சி சாலைகளில் காட்சிப் பொருளாக வைத்து சுற்றிலும் கம்பிபோட்டு, தெருவில் சுற்றித் திரியும் நாய்களுக்குப் பட்டை கட்டுகிறார்களே அதுபோல, அந்தச் சிலைகளின் கழுத்தில் 'இது இந்த ஊர் சிவன், இது இந்த ஊர் பெருமாள், இது இந்த ஊர் இலக்குமி, இது இந்த ஊர் காளி'

என் பட்டை கட்டி மக்களின் பார்வைக்கு வையுங்கள் என்று, அன்று நம்மைப் பார்த்து 'சிறுசுகள்' ஏதுமறியாததுகள், இப்போது இப்படித்தான் பேசும். இன்னும் சில நாளைக்குள் தானே நம்மிடம் வந்து சரணடைந்து விடும்' என்று ஜம்பம் பேசியவர்கள் இன்று, நாம் சொல்லியதை, செயலாற்றியது மட்டுமல்ல; அந்தக் காட்சி சாலையைக் கடவுளால் ஆட்சி புரிய அனுப்பப்பட்டவர் என்று கூறிக் கொள்ளும் கனம் ஆச்சாரியாரை விட்டே திறந்து வைக்கச் சொல்லியிருக்கிறார் தோழர் பழனியப்பன். இந்தத் துணிவான செயலைப் புரிந்த தோழர் பழனியப்பன் சாதாரணமானவரல்ல. கலைக்டர்,

ஆச்சாரியாரின் அதிகாரத்திற்கு அடங்கி நடக்கும் ஒரு அதிகாரி. அவர் அச்செயலை செய்திருக்கிறார். அது மட்டு மல்ல தோழர்களே! வால்மீகி தோன்றிய வம்சத்தில் தான் வ. ராக்கள் தோன்றினார்கள். சமுதாயத்தைப் பாசி படிந்த வழுக்கு நிலமாக மாற்றிய பார்ப்பனப் பரம்பரை யிலேதான் பாரதியார்கள் தோன்றினார்கள் தோன்றிக் கொண்டே யிருக்கிறார்கள். உங்கட்கு உதாரணத்துக்காக ஒன்று கூற விரும்புகிறேன்.

சமீபத்தில் பத்திரிகைகளில் நீங்களும் படித்திருப்பீர்கள். தென்னார்க்காடு மாவட்டத்தில் கடலூருக்குப் பக்கத்தில் கீழ்நத்தம் என்ற கிராமம். அந்தக் கிராமத்தில் கொலைக்கு அஞ்சாத கொடுமையே உருவான ஒரு குடும்பம், அந்தக் குடும்பத்தில் உள்ளவர்கள் எப்போதும் கட்டாரியும் கையுமாகத்தான் காட்சியளிப்பார்கள். அவர்கள் திடீரென்று ஒரு வீட்டிற்குள் நுழைவார்கள். அவர்கள் அந்த வீட்டிலுள்ள கன்னிப் பெண்களைத் தூக்கிச் சென்று கற்பை அழிப்பார்கள். அவர்களுக்குச் சிறிது நிலம் தான் உண்டு.

ஆனால் அந்த ஊரில் விளையும் முந்திரிப் பழங்களில் பாதி அவர்கள் வீட்டு முற்றத்தில் குவிக்கப்பட்டிருக்கும். ஒரு ஏழை விவசாயி தன் நிலத்தில் விளைந்த முந்திரிப் பழங்களைத் தனது இல்லத்திற்கு எடுத்துச் செல்வான். அப்போது அதை அந்தக் கொடுமையான குடும்பத்தில் ஒருவன் காண்பான். 'ஏய்

என்ன அது?' 'முந்திரிப்பழம்' 'முந்திரிப் பழமா எங்கள் வீட்டு முற்றத்தில் கொண்டு போய் கொட்டிவிட்டுப் போ...' கையில் கட்டாரியை ஆட்டிக்கொண்டே கட்டளையிடுவான். எதிர்த்துப் பேசவா முடியும்? அந்த ஏழை வியர்வையில் விளைந்த அந்த முந்திரிப் பழங்களை அவர்கள் வீட்டு முற்றத்தில் கொண்டுபோய் கொட்டிவிட்டு வெறும் சாக்கைத் தோளில் உதறிப் போட்டுக்கொண்டு தொங்கிய முகத்துடன் இல்லம் செல்வான். இந்த நிலையில் ஒரு நாள் அந்த கிரமத்து மக்களின் ஆத்திரம் அளவு கடந்தது. ஆத்திரம் வராமல் என்ன செய்யும்? கற்பழிக்கப்பட்ட கன்னிகைகள் ஒருவரா! இருவரா...! பலர்! பறிக்கப்பட்ட பொருள் ஒன்றா! இரண்டா, ஏராளம்! இந்த நிலையில் அந்தத் துடிக்கும் இதயங்கள் வெடிக்கும் எரிமலையாக மாறாமலா இருக்கும்? மாறியது. அதன் விளைவு அந்தக் குடும்பத்திலுள்ளவர்கள் வீட்டிற்குள் இருக்கும்போது வீட்டின் கதவை வெளிப்புறம் பூட்டி வீட்டிற்குத் தீயிட்டனர். தீயைத் தாண்டித் தாண்டித் தப்பிக்க நினைத்த அந்தக் குடும்பத்திலுள்ள சிலரைக் கூட மீண்டும் தீயிற்குள் தூக்கிப்போட்டு சுட்டு சாம்பலாக்கினர். போலீசார் வந்தனர். புலன் விசாரித்து உண்மையை அறிந்தனர். 'அவர்கள் கொடுமை செய்தால் எங்களிடம் அல்லவா நீங்கள் சொல்லியிருக்க வேண்டும். அவர்கள் தவறு இழைத்ததால் தண்டிக்க நீங்கள் யார்? என்று 52 பேர்களைக் கைது செய்தனர். வழக்கு நடந்தது. பிரதிவாதி வக்கீலாக அதாவது கைது செய்யப்பட்ட அந்த 52 பேர்களின் சார்பாக ஆஜரானவர் வெங்கட்ராம அய்யர், அவர் தனது வாதத்தில் கூறுகிறார், குற்றவாளிகளைக் கொன்றது குற்றம் என்றால் - தவறு செய்பவனைத் தண்டிப்பது தவறு என்றால் - அக்ரமக்காரர்களை அழிப்பது அநீதி என்றால் அக்ரமக்காரனின் நாட்டைச் சுட்டுப் பொசுக்கிய அனுமாரும் குற்றவாளி? கேட்கிறார். அண்ணாதுரையல்ல வெங்கட்ராம அய்யர்! அன்று கம்பராமாயண த்தைக் கொளுத்த வேண்டும் என்ற போது நம்மீது கனலைக் கக்கியவர்கள் இன்று கொளுத்துவதோடுமட்டுமல்ல, கொண்டு வந்து குற்றவாளிக் கூண்டில் நிறுத்துங்கள் என்று கூறுகிறார்கள்.

இப்படி நாம் சொல்லியதை இன்று சொல்லுவது மட்டுமல்ல, செயலாற்றவும் முன் வந்துவிட்டனர்.

ஆனால் தங்களை முற்போக்குவாதிகள் எனக் கூறிக் கொள்ளும் கம்யூனிஸ்டுகள் நம்மீது எதிர்ப்பு அம்புகள் ஏவுகின்றனர்! முதலாளிகளின் சுரண்டல் ஆதிக்கம், தொழிலாளர்படும் அவதி, வர்க்கப் போராட்டம் என்றெல்லாம் பேசும் அவர்கள் நம் நாட்டைப் பொறுத்த வரையில் ஜாதியின் பெயரால், மதத்தின் பெயரால், கடவுளின் பெயரால் எத்தகைய கொடுமைகள் இழைக்கப் படுகின்றன என்பதையும், இக்கொடுமைகளை ஒழுத்தாலன்றி இங்கு சமுதாயம் சீர்படமுடியாது, எந்த நல்வாழ்வுக்கும் வழிபிறக்காது என்பதையும் உணர மறுக்கின்றனர்.

நாம் சமுதாய சீர்திருத்தத்தைப் பற்றிப் பேசஆரம்பித்த நேரத்திலிருந்தே கம்யூனிஸ்ட் தோழர்கள் நம்மை எதிர்க்கிறார்கள். எனக்கு நன்றாக ஞாபகம் இருக்கிறது. நண்பர்களே,

பத்து ஆண்டுகட்கு முன்பு நடந்த ஒரு நிகழ்ச்சி.

கலைவாணர் என். எஸ். கிருஷ்ணன் அவர்கள் வீட்டில் ஒரு திருமணம் நடந்தது. அந்தத் திருமணத் திற்குப் பூவாளூர் பொன்னம்பலனார் அவர்களும், தோழர் ஜீவா அவர்களும் பேச்சாளராக அழைக்கப் பட்டிருந்தனர். நானும் சென்றிருந்தேன், பேச்சாளனாக அல்ல, பார்வையாளனாக, முன் பேசிய அண்ணார் பொன்னம்பலனார் அவர்கள் சமுதாயத்திலுள்ள கொடுமைகளைப் பற்றியும், அவைகள் அகற்றப்பட வேண்டிய அவசியம் பற்றியும் குறிப் பிட்டார்கள். அடுத்துப் பேசிய அன்பர் ஜீவா, சமுதாயத்தைப் பீடிக்கும் இந்த நாசக் கொள்கைகள் எல்லாம் பொருளாதாரத் துறையும், அரசியல் துறையும் சீர்பட்டால் தானே நசுக்கப்பட்டு விடும் என்று குறிப்பிட்டார்.

பெரியார் ராமசாமி அவர்களின் படைவீரர்கள் நான்கு பேர் - நாற்பது பேர் - என நாளுக்கு நாள் வளர்ந்து வந்து கொண்டிருந்த அதே நேரத்தில் தான் அன்பர் ஜீவா அப்படிப் பேசினார்! ஆனால், அடுத்தடுத்து பத்து ஆண்டுகள் உருண்டும் ஜீவாவும், அவர்தம் தோழர்களும் மாறியதாக, திருந்தியதாகத் தெரியவில்லை. சமுதாயத் துறையின் அடித்தளம் அரசியல் துறையும், பொருளாதாரத் துறையும் தான் என்று பேசும் அந்த தோழர்கட்கு ஒன்று கூற நான் விரும்புகிறேன் !

மா-சே-துங் சீனாவின் தலைவர். வரட்சியடைந்த நாட்டை வளம் கொழிக்கும் பூமியாக மாற்றியவர்; அநீதியை அழித்த அண்ணல்; மார்க்ஸ் கொள்கையை அப்படியே கடைப்பிடிப்பவர்; லெனின் சீடர்; இப்படி யெல்லாம் புகழப்பட்டவர். ஆனால் பெரியாரிடம் பாடம் கேட்டவரல்ல! அண்ணாதுரையிடம் விவாதம் புரிந்து தெளிந்தவரல்ல ! எனினும் அவர் தாம் எழுதிய ஒரு நூலில் சமுதாயத்தைப் பற்றி எழுதும் குறிப்பிடுகிறார். "புதிய அரசியல் முறையும், புதிய பொருளாதார முறையும் நிலவச் செய்வது மட்டுமல்லாமல், புதிய பண்பாட்டு முறையையும் நிலவச் செய்யும் ஒரு புதிய சமூக அமைப்பையும், ஒரு புதிய நாட்டையும் சீன மக்களுக்கு உருவாக்கிக் கொடுப்பதே நமது போராட்டத்தின் முழு நோக்க மாகும்" என்பதோடு நிறுத்திவிடவில்லை. மேலும் கூறுகிறார் கேளுங்கள். "அரசியலில் அடிமைப்பட்ட சீனாவை அரசியல் விடுதலை பெற்ற நாடாகவும், பொருளாதாரத் துறையில் சுரண்டப்படும் சீனாவை அத் துறையில் வளமான நாடாகவும் மாற்றி அமைக்க வேண்டியவர் களாக இருப்பதோடு, அறியாமையிலும், பிற்போக்கிலும் தள்ளப்பட்டுப் பழமையான பண்பாட்டால் ஆளப்படும் சீனநாட்டை நாகரிகம் வாய்ந்த ஒன்றாகவும், முற்போக்கு வாய்ந்த ஒன்றாகவும் ஆக்கிப் புதிய சமுதாயப் பண்பாட்டால் ஆளப்படும் தன்மையாகவும் மாற்றியமைக்க வேண்டி யவர்களாக இருக்கிறோம்" என்று குறிப்பிடுகிறார்! இதைப்

பற்றி நமது கம்யூனிஸ்ட் நண்பர்கள் நன்கு சிந்திக்கும்படி வேண்டிக் கொள்கிறேன்.

அரசியலில் தங்கள் கை ஓங்கவில்லை என்பதற்காக, நாட்டு மக்களிடம் தங்கள் கருத்துக்களுக்குப் போதிய செல்வாக்கு ஏற்படவில்லை என்பதற்காக மற்றோரு கட்சியை இழித்தும் பழித்தும் பேசிட வேண்டிய அவசியமில்லை; அது பயன் தரும் செயலுமல்ல; விவேகமுள்ள அரசியல் வாதியின் செய்கையுமல்ல. எந்தக் கசப்பான உண்மையையும் ஏற்கும் துணிவு நேர்மையான அரசியல்வாதிக்கு இருக்க வேண்டும். பொருளாதாரத் துறையில் சுரண்டல் ஒழிக்கப்படவேண்டும். நாட்டில் பொதுவுடமைத் தென்றல் மணங்கமழ வீசவேண்டும், மக்களுக்குப் பதில் சொல்லக் கூடிய உண்மையான ஜனநாயக ஆட்சி அமையவேண்டும் என்பதை நாங்களும் வலியுறுத்தி வருகிறோம்; உங்களைப் போலவே. இன்னொரு கட்சி, கம்யூனிஸ்ட் கட்சி சொல்லி வருகிறது என்பதற்காக நல்ல கொள்கைகளைச் சொல்லாமல் விடுவதும், எதிர்த்துப் பேசுவதுமான கயமைத்தனம் நம்மிடம் கிடையாது! நாம் எடுத்துக் கூற விரும்புவதெல்லாம், பொருளாதாரச் சுரண்டல் ஒழிந்து பொதுவுடைமை நிலவவேண்டுமானால், நிரந்தரமாக நிலவவேண்டுமானால் சமுதாயம் முதலில் சீர்திருந்த வேண்டும் என்பதுதான்.

ரஷ்ய பாடத்தை மட்டும் திரும்பத் திரும்ப ஒப்பித்துப் பயனில்லை. மாஸ்கோ பக்கமே நிலைத்து விட்ட கண்ணோட் டத்தை நம் நாட்டுப் பக்கம் கொஞ்சம் திருப்பவேண்டும்.

ரஷ்ய நிலைமை வேறு; இந்நாட்டு நிலைமை வேறு. அங்கு புரட்சி நடத்தியவர்களின் முக்கிய கவனமெல்லாம் ஏழைத் தொழிலாளியின் நிலையை எப்படி உயர்த்துவது என்பதிலேயே சென்றது. காரணம், அங்கு ஏழைகளாக, பாமரர் களாக இருந்தவர்களில் பெரும்பாலோர் தொழிற்சாலையில் வேலை செய்து கூலி பெற்று வயிற்றைக் கழுவவேண்டிய நிலையிலிருந்தவர்கள். எனவே, உழைப்புக்குத் தகுந்த ஊதியம் இன்றி, அவதிப்பட்ட அந்த மக்கள் நிலையை

உயர்த்த, தனிப்பட்ட முதலாளிகளின் சுரண்டலை எதிர்த்துப் போர் முரசு கொட்டப்பட்டது.

ரஷ்யா மட்டுமல்ல. மேல் நாடுகள் எல்லாவற்றிலும் பெரும்பாலான மக்களின் ஜீவனம் தொழிற்சாலைகளில் வேலை செய்வதாகவே இருந்தது. எனவேதான் பொருளா தார சிக்கல்கள் தீர பல புதிய, அரிய கருத்துக்களை உலகுக்கு ஈந்த அறிஞர் மார்க்ஸ் கூட பரந்த கண்ணோட்டத்தை செலுத்த முடியவில்லை. அவர் மனக் கண்முன் தோன்றிய காட்சியெல்லாம், அவருக்கு இரவும் பகலும் வேதனை தந்த காட்சியெல்லாம் தொழிற்சாலைகளில் பலர் முதுகெலும்பொடிய, முக்கி முனகிக் கொண்டு பாரம் மிக்க இயந்திரச் சக்கரங்களைச் சுற்றிய காட்சியும், பெரிய பெரிய காளவாய் அடுப்புகளில் கரிபோட்டும், நெருப்பைக் கிளறி விட்டும் தீயில் வெந்த காட்சியும், சக்திக்கு மீறிய வேலைகளைச் செய்ய முடியாமல் சிறிது ஓய்ந்து நிற்கும் தொழிலாளியை கண்காணிப்பாளர் எனப்பட்ட மனித மிருகம் சாட்டையால் அடிக்கும் காட்சியும், இத்தகைய சித்திரவதைகள் தொழிற்சாலைக்குள் நடந்து கொண்டிருக்க, அங்கிருந்து வேதனைக் குரல்கள் எழும்புவதையும் கேளாமல் ஆலைக்குச் சற்றுத் தள்ளி, மணங் கமழும் மலர்கள் பூத்துக் குலுங்கும் அழகிய தோட்டத்திற்கிடையே அமைந்த விடுதியில் முதலாளி குடித்துக் களித்துக் கொண்டிருந்த காட்சியும், வேலை முடிந்ததும் வீடு திரும்பிய தொழிலாளி கிடைத்த கூலியைக் கொண்டு தன் ஆசைக்குரிய மனைவி, அப்பா அப்பா என்று அன்போடும் அழைக்கும் குழந்தை களுக்கு அரை வயிற்றுக் கஞ்சியும் வார்க்க முடியாமல், என்றுதீரும் இந்த அவதி என ஏங்கிய காட்சியும், அதே நேரத்தில் இந்த தொழிலாளியின் இரத்தத்தைப் பணமாக்கி மாட மாளிகைகள் அமைத்துக் கொண்ட முதலாளி, கோமளாங்கி ஒருவள் தன் வளைகரத்தால் பளபளக்கும் வெள்ளித் தட்டுகளில் தரும் பல்சுவை பண்டங்களையுண்டு, தின்றது செறிக்க ஜீரணாதிலேகியம் சாப்பிட்டுக் கொண்டிருந்த காட்சியுந்தான்! இந்தப் பயங்கரக் காட்சிகள்

தான் மார்க்ஸின் சிந்தனையைக் கிளறின. அவை மறைந்தொழிவதற் கான மார்க்கத்தையும் காட்டினார். அதுதான் இன்று மார்க்ஸீயம் என்ற பெயரில் உலகம் போற்ற உலவி வருகிறது.

ஆனால் அதே மார்க்ஸ், அறிஞர் மார்க்ஸ், மக்களின் குறைபாடுகளை, அவதியை அல்லலைத் தெற்றெனத் தெரிந்து கொள்ளும் நுண்ணறிவு படைத்த மார்க்ஸ். இந்நாட்டில் பிறந்திருந்தால் இன்று நாங்கள் சொல்லும் சமுதாயச் சீர்திருத்தக் கருத்துக்கள் எல்லாம் 'மார்க்ஸீயம்' என்ற பெயரில்தான் உலவும்.

சங்கராச் சாரியாரும் பண்டார சன்னதியும் பல்லக்கில் சென்ற காட்சியை அவர் கண்டதில்லை. அப்பல்லக்கைத் தூக்கிச் செல்பவரும் மனிதர்கள்தான் என்பது அவருக்குத் தெரியாது. மடத்துச் சொத்து கோயில் சொத்து என்ற பெயரால் ஆயிரக் கணக்கான வேலி நிலங்கள் முடங்கிக் கிடப்பதும், அந் நிலங்களில் ஆயிரமாயிரம் விவசாயத் தொழிலாளிகள் பாடுபட்டுழைத்தும் பலன் காணாதிருக்க, மதத் தலைவர்கள், மடாதிபதிகள் பட்டு பட்டாடையுடுத்தி, விலையுயர்ந்த அணிகள் பூண்டு, பாலும் பழமும் உண்டு பற்றாக்குறைக்கு மேனி ரங்கு ஏற தங்க பஸ்பம் சாப்பிடுவதும் கோயில் புரோகிதர்கள் நெய் சொட்ட சொட்ட சர்க்கரைப் பொங்கலும், தத்தியோனமும், புளியோதரையும், அக்கார வடிசலும் உண்பதும் போதாதென்று, அர்ச்சனைக்கு வரு வோரிடம் தக்ஷிணை வாங்கி பணம் சேர்ப்பதும் மார்க்ஸின் கனவில் கூட தோன்றியிருக்க முடியாத காட்சிகள்.

காளி கூளி என்று கண்ட தெய்வங்களின் பெயரால் கொடுப்பதும், ஆடு கோழி வெட்டுவதும், பிரார்த்தனை என்று சொல்லிக்கொண்டு பாமரர்கள் பலர் உடம்பெல்லாம் வேல்குத்திக்கொள்வதும், முதுகுச் சதையில் இரும்பு கொக்கியை மாட்டிக் கொண்டுகல் உரம் இழுப்பதும், தீராத வினையெல்லாம் தீர்த்துவைக்கும் திருவேங்கடத்தானுக்கு ஒரு கோவிந்தா, திருப்பதிமலையானுக்கு ஒரு கோவிந்தா"

என்று பன்னிரெண்டு மணி வெய்யிலில் தெருப் புழுதியில் புரண்டு செல்வதும் பொருளாதாரப் பிரச்னைகள் பற்றியே சிந்தித்துக் கொண்டிருந்த மார்க்ஸின் மனத் திரையில் கொஞ்சமும் தோன்றியிருக்க முடியாது.

மக்கள் அனைவரையும் ஆக்கியவரும், அழிப்பவரும் காப்பவரும் எனச்சொல்லப்படும், எல்லோருக்கும் பொது எனக் கருதப்படும் ஆண்டவன் இருக்கும் கோயிலில் மூல ஸ்தானத்திற்கு அர்ச்சகரும் பார்ப்பனரும் மட்டும் வரலாம், பிள்ளையும், முதலியும் மூலஸ்தான வாயில் வரை செல்லலாம், அதிலும் பணம் படைத்த மிட்டா மிராசுகளுக்கு முதலிடம், முதல் அர்ச்சனை, முதல் தீர்த்தம், பிரசாதம், பறையர் புலையர் எனப்பட்டோர் கோவிலுக்குள் நுழையவே கூடா தென்றிருப்பதும், அதேபோல் ஊருக்குப் பொதுவாகவுள்ள குளத்தில் ஜாதிக்கு ஒரு நீர்த்துறை இருப்பதும், மற்றும் சிலர் படியில் கால் வைக்கவே கூடாதெனத் தடை விதிப் பதும், சுடுகாட்டில் கூட மனிதன் உயிர் நீத்த பிறகு பிணம் புதைக்கப்படும் எரிக்கப்படும் இடத்தில் கூட இந்த ஜாதிப் பிரிவினை இருப்பதும் மார்க்ஸுக்குத் தெரிந்திருக்க நியாயமில்லை.

இப்படி, ஜாதி, மதம் கடவுள் பெயரால் இழைக்கப்படும் கொடுமைகள், மக்களிடம் பரவியுள்ள மூட நம்பிக் கைகள், அவற்றால் அவர்கள் நல்வாழ்வு பாதிக்கப்படுவது ஆகியவற்றை மார்க்ஸ் அறிந்திருந்தால், நேரில் கண்டிருந்தால் அவர் உரத்த குரலில் கூறியிருப்பார், “மதப் போதை மக்களின் மனதிலிருந்து மாய்ந்தொழிந்தால்தான், சனாதனம் சவக்குழியில் ஆழப் புதைக்கப்பட்டால்தான், பார்ப்பனீயம் பஞ்சாய் பறந்தோடினால்தான், வர்ணாஸ்ரமம் வடு தெரியாதபடி விரட்டி யடிக்கப்பட்டால்தான் இந் நாடு சீர்பட முடியும்' என்று.

அங்கு மார்க்ஸும், லெனினும், ஸ்டாலினும் செய்த சேவையைத்தான் இங்கு புத்தரும் சித்தரும், இராமலிங்க அடிகளும் இராமசாமிப் பெரியாரும் அவரது சீடரான அறிஞர்

அண்ணாவும் அவரது தம்பிமார்களும் இங்கு செய்து வருகின்றனர். அங்கும் இங்கும் நோக்கம் ஒன்றே. மக்களின் நல்வாழ்வு மலரச் செய்யவேண்டுமென்பதே! கையாண்ட முறைகள், சென்ற பாதை வெவ்வேறாக இடத்திற் கேற்ப சூழ்நிலைக்கேற்ப மாறுபட்டிருக்கலாம்; மாறுபட்டிருக்கத் தான் வேண்டும். இந்த விடந்தான் நம் கம்யூனிஸ்ட் நண்பர்களுக்குப் புரிவதில்லை.

உடலுக்கு உரமளிக்க, சோர்வடையாதிருக்க யாவருக்கும் உணவு அவசியம். இது பொது விதி, நியதி, ஆனால் நாகரீகமிக்கவர் எனச் சொல்லப்படும் வெள்ளையர் சாப்பிடும் கோதுமை ரொட்டியை, பார்லி பிஸ்கெட்டை நாம் சாப்பிடுவதில்லை. நம்முடைய முக்கிய உணவு அரிசி. அதுதான் நமக்கு ஏற்கும், பிடிக்கும், ருசிக்கும். அதுதான் இங்குள்ள சீதோஷ்ணத்திற்கு, நம்முடைய உடலமைப்புக்கு ஏற்றது. அதற்காக ரொட்டியை, பிஸ்கெட்டை நாம் அறவே ஒதுக்கிவிடுவதில்லை. உடல்நிலை சரியில்லை என்றால், மாவுப் பொருள், புரதச் சத்து அதிகம் கூடாதென்றால், இலேசான உணவு தேவை யென்றால் ரொட்டி காப்பி சாப்பிடுகிறோம்.

குடிப்பது கெட்ட பழக்கம் என்பது வேறு விஷயம் ஆனால் குளிர்மிக்க மேல்நாட்டில் பிராந்தியும், விஸ்கியும் சாப்பிடுகிறார்களெனில், உஷ்ணப் பிரதேசமான நம் நாட்டில் உடலுழைப்புச் செய்யும் தொழிலாளிகள் கள்ளைக் குடித்து வந்தனர். ஆனால் சில சமயங்களில் பிராந்தியும் இங்கு தேவைப்படுகிறது. பிரசவத்திற்குப்பின் பெண்டிருக்குத் தரப்படுவதுண்டு, உடலுக்குச் சக்தி ஏற்ற.

அதேபோல்தான் உடை விஷயத்திலும். அவர்கள் உடுப்பதெல்லாம் கம்பிளி ஆடைகள், அதுவும் அடுக்கடுக்காக பணியன், சட்டை, காற்று உள்புகாமல் கழுத்தைச் சுற்றி டை, அதற்குமேல் வெயிஸ்ட் கோட், சாதாரண கோட், அதிக குளிரானால் ஓவர் கோட் என்று போகும். காலுக்கும், தலைக்கும் இதேபோல் குளிரைத் தடுக்கும் உபாயங்கள்

உண்டு. நமக்கோ அடியில் ஒரு நாலு முழத்துண்டு, மேலே ஒரு சட்டை; அதிலும் மேல் பித்தானைப் போடுவதில்லை. ஏன் இந்த மாறுபாடுகள்? நன்றாகச் சிந்தித்துப் பார்க்க வேண்டும்.

இங்கும் சிலர் வெள்ளைக்காரர்களைப் போன்றே ரொட்டி வெண்ணைச் சாப்பிட்டுக்கொண்டு ட்வீட் சூட்டுடன் காட்சி யளிக்கவில்லையா எனக் கேட்கலாம், இருக்கிறார்கள். அவர்கள்தான் கம்யூனிஸ்டுகளுக்கு நேர் உதாரணம்.

இந்நாட்டுச் சீதோஷ்ண நிலையைக் கவனியாமல் எப்படி அவர்கள் மேல்நாட்டு நாகரீகத்தை அப்படியே காப்பியடிக்கிறார்களோ அதேபோல் நமது கம்யூனிஸ்ட் நண்பர்கள் இங்குள்ள சமுதாயக் கோளாறுகள் இதர சூழ்நிலைகளைக் கவனியாமல் மேல்நாட்டு அரசியல் முறைகளைக் காப்பியடிக்கிறார்கள். இது உண்மையா இல்லையா என்பதைத் தோழர்கள் கோபதாபமின்றி யோசித்துப் பார்க்க வேண்டும். உண்மை நிலையையுணர்ந்து தெளிவு பெற வேண்டும்.

இதைவிடுத்து, அவர்கள் கூறுகிறார்கள், சுலபமாக, மிகச் சுலபமாக பொருளாதாரத் துறையும் அரசியல் துறையும் சீர்பட்டால் சமுதாயத்திலுள்ள கேடுகள் தானாக மறைந்து விடும் என்று. அதாவது தாங்கள் ஆட்சிக்கு வந்து விட்டால் சமுதாயக் கொடுமைகளை எல்லாம், ஏற்றத் தாழ்வுகளை யெல்லாம், சட்டத்தின் மூலம், பேனா முனையின் மூலம் போக்கிவிட முடியும் என எண்ணுகிறார்கள்! முடியுமா? ஆகுமா? நடக்கக் கூடிய காரியமா? அவ்வளவு இலேசாகவா ஆயிரமாயிரம் ஆண்டுகளாக நம் சமுதாயத்தில் வேரூன்றிக் கிடக்கும் மூடப் பழக்க வழக்கங்களைக் கிள்ளி எறிந்துவிட முடியும்?

சட்டம் எத்தனை காரியங்களைச் சாதிக்க இயலும்? சட்டம், மக்களிடையே ஒரு பயத்தை, இன்னத்தைச் செய்யா விட்டால் இன்னின்ன தண்டனை கிடைக்கும் என்ற அச்சத்தை உண்டாக்கக்கூடும். ஆகவே இதை இதைச் செய்தாக

வேண்டும் என்ற நிர்ப்பந்தத்தை ஏற்படுத்தும். ஆனால் பயத்தால், மிரட்டலால், பலவந்தத்தால் மனிதன் ஒரேயடியாகப் பணிந்துவிட மாட்டான். அது மனிதப் பண்பல்ல. மதுவிலக்கு வந்தது. குடிக்கக்கூடாது என்பது சட்டம். குடித்தால் இந்தத் தண்டனை என்பது அதிலுள்ள ஒரு ஷரத்து. நின்றதா குடி? கடைகளில் மட்டும் மது விற்கப்படுவதும், குடிக்கப்படுவதுமாக இருந்த நிலைமாறி இன்று தெருவுக்குத் தெரு, வீட்டுக்கு வீடு கள்ள மது தயாரிப்பது குடிசைத் தொழிலாக மாறியிருப்பதும், குடிப்பது ஏதோ சாதாரணமான பானம் அருந்துவதுபோல் அவ்வளவு சகஜமாகிவிட்டிருப்பதும் பகிரங்க ரகசியம். ஏன்? இதைச் சர்க்காரில் உள்ளவர்களே ஓரளவு ஒப்புக் கொள்ளுகின்றனர், பகிரங்கமாக; முழு அளவு உணர்கின்றனர், மனதிற்குள்ளாக. எவ்வளவோ அரும்பாடுபட்டும், ஆண்டு தோறும் பதினெட்டு கோடி ரூபாய் நஷ்டத்தையும் பொருட் படுத்தாமல், மதுவிலக்கை அமல் செய்வதில் பிடிவாதமாக தீவிரமாக, பல வருஷங்களாக இருந்து வந்தும் இந்நிலைக்குக் காரணம் என்ன? பழக்கம் பொல்லாதது. அது அவ்வளவு விரைவில் நம்மை விட்டுப் போய்விடாது. ஆகையால் எந்த ஒரு சீர்திருத்தத்தையும் செய்வதற்கு முன்னால் மக்களுக்கு மனமாற்றம் ஏற்படும்படிச் செய்ய வேண்டும். அதுதான் பொதுவாழ்வில், அரசியலில் உள்ளவர்களின் நோக்கமாக இருக்க வேண்டும், இருக்க முடியும். அரசியல் வாதிகள் தாங்கள் ஆட்சிக்கு வந்தால் எந்த எந்தப் புரட்சிக்கர மாற்றங்களைச் செய்ய வேண்டுமென்று எண்ணு கிறார்களோ அவற்றை முன்கூட்டியே மக்கள் அரங்கிலே அறிவிக்க வேண்டும், அவற்றின் அவசியத்தை எடுத்துக் கூற வேண்டும், அவற்றை மக்கள் ஆதரிக்கும்படிச் செய்ய வேண்டும், சுருங்கச்சொல்ல வேண்டுமானால், ஆட்சிக்கு வந்தபின் கொண்டுவரவிருக்கும் புரட்சிகரமான திட்டங்களுக்கு மக்களைத் தயார் டுத்த வேண்டும். அரசியல் வாதிகள் இத்தகைய செயல் புரிவது இங்குமட்டுமல்ல உலகெங்கிலும் நடக்கும் நடைமுறை; இன்று நேற்றல்ல வரலாற்றிலேயே இத்தகைய நிகழ்ச்சிகளைக் காணலாம்.

இதை அறிந்தோ அறியாமலோ அல்லது எதைச் சொன்னாலும் மக்கள் ஏமாந்துவிடுவார்கள் என்ற தப்பு கணக்கினாலோ தோழர்கள் பேசி வருகின்றனர், நாம் சமுதாயச் சீர்திருத்தத்தைப் பற்றி பேசி வருவதெல்லாம் வீண் வேலை என்றும், தாங்கள் பதவி ஏற்க வேண்டியதுதான் தாமதம் மறுகணம் எல்லாம் சரியாகிவிடும் என்றும்.

இளமைத் துடிப்போடு இருக்கும்போதே விதவையாகி விட்ட பெண் மூலையில் முக்காடிட்டு வேதனைப்பட்டுக் கொண்டிருக்கவேண்டிய அவசியமில்லை; அவள் மறுமணம் புரிந்து கொள்ளலாம் எனச் சட்டம் அனுமதி தரலாம். ஆனால், உற்றார் உறவினர் கண்டிப்பார்களே, ஊரார் கேலி பேசுவரே, சமுதாயம் பழிக்குமே என்ற பயம் இருக்கும் வரையில் அந்த பெண் எப்படி முன் வருவாள். பெற்றோர் எப்படி இடந்தருவர்? சட்டத்தின் அனுமதி மட்டும் போதுமா? இல்லை, கட்டாயம் எல்லா விதவைகளும் மறுமணம் செய்து கொள்ள வேண்டும் எனச்சட்டம் இயற்ற முடியுமா, இயற்றினால்தான் நியாயம் என்று எப்படிச் சொல்வது.

மணப் பந்தலிலேயே கணவனை இழந்தவளானாலும், அவள் விதவைதான், அவள் வாழ்நாள் உள்ளளவும் தன் மனதைக் கட்டுப்படுத்திக் கொண்டு வேதனைப் பட்டுக் கொண்டுதானிருக்க வேண்டும். என்று எண்ணும் நம் மக்களின் மனப்பான்மையில் மாற்றத்தை ஏற்படுத்தினாலன்றி சட்டம் எப்படி பயன் தரும்?

ஜாதி மத பேதங்கள் ஒழியவேண்டும் என்று எல்லோ ருந்தான் சொல்கின்றனர், காங்கிரஸ்காரர் உள்பட, ஆச்சாரியாரைத் தவிர, மற்றும் சில சனாதனிகளைத் தவிர. இதற்குக் கலப்பு மணம் ஒரு நல்ல மார்க்கம் என்பதை ஒப்புக் கொள்ளுகிறோம். ஆனால், எப்படிச் செய்வது என்பது தான் கேள்வி.

நாளெல்லாம் ""உலகத் தொழிலாளர்களே ஒன்று படுங்கள். முதலாளிகள் சுரண்டலை ஒழிக்க வர்க்கப் போராட் டத்தை நடத்துவோம் வாரீர்'' என்று பேசி, அதிக கூலி, போனஸ், க்ராஜ்வட்டி, பிராவிடண்ட் பண்ட், இறுதி எச்சரிக்கை, ஸ்டிரைக் நோட்டீஸ், உள்ளிருந்து வேலை நிறுத்தம், அடியோடு வேலை நிறுத்தம், கலாட்டா, கதவடைப்பு, நிபந்தனை இன்றி ஸ்டிரைக் வாபஸ் முதலிய இன்னோரன்ன காரியங்களிலேயே காலத்தையெல்லாம் செலவழித்து எப்படியோ ஆட்சிக்கு வந்துவிட்டு, சமூக சீர்திருத்தத்தைப் பற்றி கொஞ்சமும் அக்கரைப் படாமல் இருந்துவிட்டு, அது பற்றி ஒரு வார்த்தையும் சொல்லாமல், சொல்லுபவர் களையும் திட்டிக் கொண்டிருந்து விட்டு திடீரென ஒருநாள், ''எல்லோரும் கலப்புமணந்தான் செய்துகொள்ள வேண்டும். ஜாதிக்குள்ளாகவே மாறி, மாறி பின்னல் போட்டுக் கொள்ளும் பிற்போக்கு தன்மை கூடாது'' என்று சட்ட மூலம் அறிவித்துவிட்டால் என்ன நடக்கும், என்ன கிடைக்கும், மக்கள் எதிர்ப்பைத் தவிர?

எந்த ஒரு புரட்சிகரமான மாறுதலுக்கும் முன் மக்களைப் பக்குவப் படுத்தவேண்டும். இதற்கு ஒரு நல்ல உதாரணம் சென்ற பொதுத் தேர்தலுக்கு நெடுங் காலத்திற்கு முன்பே பார்லிமெண்டில் கொண்டுவரப்பட்ட ஹிந்து சட்டதொகுப்பு மசோதா இன்னும் நேருவின் அறையிலேயே தூங்கிக் கொண்டிருப்பதாகும். ஏன் இந்த நிலை?

மசோதாவை நிறைவேற்றாமல் விடமாட்டேன் எனக் கர்ஜித்தார் காஷ்மீர் சிங்கம். காங்கிரஸின் தேர்தல்கால வாக்குறுதிகளில் ஒன்றாகக் கூட குறிப்பிட்டார். அந்த அளவுக்கு எதிர்ப்பு கிளம்பியது. புருஷோத்தம தாஸ் தாண்டன் போன்ற காங்கிரஸிலுள்ள சனாதனிகளும் ஹிந்து மகாசபைக்காரர்களும் மூர்க்கத்தனமான முழு மூச்சுடன் எதிர்த்தார்கள். பெண்கள் படையினை ஏவி விட்டனர் பார்லிமெண்ட் கட்டடத்தை நோக்கி. ஏன், மசோதாவால் தங்களுக்குத்தான் லாபம் என்பதை அறியாத மாதர் சங்கங்கள் பல, பெண்ணடிமை தீர ஓரளவாவது வழி ஏற்படும் என்பதை

உணராத அச்சங்கங்கள் ஆட்சேபத் தீர்மானங்கள். நிறைவேற்றின. எல்லாவற்றிற்கும் முத்தாய்ப்பு வைத்தாற் போல் ஜனாதிபதி டாக்டர் ராஜேந்திர பிரசாத்தே கூட மசோதாவை எதிர்ப்பதாகக் கூறப்பட்டது. விளைவு என்ன?

பண்டித ஜவஹர்லால் நேரு, இந்தியாவின் பிரதம மந்திரி என்பது ஒருபுறமிருக்கட்டும், நாட்டு மக்களிடையே பெருஞ் செல்வாக்குடையவர் எனக் கூறப்படும் நேரு, அஞ்சா நெஞ்சம் படைத்த மாபெரும் தலைவர் பின் வாங்கினார்! முகத்தைச் சுளித்துக் கொண்டு தமக்கே உரிய அந்த ஆவேச நடையில் இந்து வெறியர்களின் எதிர்ப்பை யாரும் சகிக்க முடியாது என முழக்கமிட்ட நேரு கடைசியில் பெட்டிப் பாம்பென அடங்க வேண்டியதாயிற்று. காரணம் என்ன?

சுதந்திரப் போராட்டத்தில் ஈடுபட்டிருந்த காங்கிரஸ் வெள்ளையனை எதிர்ப்பதில், உப்பு சத்தியாக்ரஹத்தில், ஒத்துழையாமை இயக்கத்தில், ஆகஸ்ட் கிளர்ச்சியில் தன் கவனத்தை யெல்லாம் செலுத்தியதே தவிர, ஆட்சிக்குப் பின் தீர்க்க வேண்டிய பல உள்நாட்டுப் பிரச்னைகளைக் கண்ணெடுத்துப் பார்க்கவும் தவறிவிட்டது. அப்படி இன்றைய ஆளவந்தார்களும், முன்னால் போராட்டக்காரர் களுமான நம் காங்கிரஸ் அன்பர்களின் கண்ணில் படத் தவறிய பிரச்னைகளில் ஒன்று சமுதாயப் பிரச்னை. அதன் விளைவுதான் இன்று ஹிந்து சட்ட தொகுப்பு மசோதா அரைவேக்காட்டுடன் அழுகிக்கொண்டிருப்பது; இது நல்லதொரு பாடமாக அரசியல்வாதிகளுக்கு அமைய வேண்டும்.

இந்தப் பாடத்தை நாங்கள் ஏற்கனவே உலகவரலாறுகளின் மூலம் அறிந்திருப்பதால்தான், மக்களைத் தயார் செய்யும் வேலையில், சமூக சீர்த்திருத்த பிரசாரம் என்ற உன்னத பணியில், உயரிய பணியில் இறங்கியுள்ளோம். சமூதாய சமத்துவம் என்ற இலட்சியம் ஈடேறுவதற்கான சூழ்நிலை உருவாகும் வரை நாங்கள் இந்த பணியை விடமாட்டோம்! தொடர்ந்து செய்வோம். இதைப் பற்றி யெல்லாம்

எங்களுக்குக் கவலையில்லை, எப்படியாவது, எங்கள் மாஜி எதிரி பிரசாசத்துடன் சேர்ந்தாவது அதிகாரத்தைக் கைப்பற்றுவதில்தான் எங்களுக்கு ஆசை என்று சொல்லு பவர்களுக்குக் கூறுகிறோம், "சற்றே விலகி நில்லும் பிள்ளாய்" என்று. இந்தப் போதனையை அவர்கள் நன்மையைக் கருதியே செய்கிறோம். அவ்வப்போது ஆதரவுக் கரத்தை நீட்டி உதவியளிக்கும் சகோதரக் கட்சியைக் கிண்டல் பேசி, வீணாக மக்களிடம் இருக்கும் செல்வாக்கையும் இழந்துவிட வேண்டாம் என்பதற்காக!

மற்றொருபுறம், மீசையை முறுக்கிக் கொண்டு வருகிறார் நமது மாஜி நண்பர் சிவஞானம். மாஜி நண்பர் என நான் குறிப்பிட்டதால் நாம் அவருடைய நட்பைப் புறக்கணித்து விட்டோம் என்று அர்த்தமல்ல. அவராக சொன்ன சொல்லை மீறி, கொடுத்தவாக்குறுதியை காற்றில் பறக்க விட்டு நமக்குத் துரோகம் செய்யத் துணிந்ததால் அவர் நமது நட்பை இழந்தார் என்பதுதான்.

சில ஆண்டுகளுக்கு முன் சென்னையில் நடந்த இந்த இந்தி எதிர்ப்பு மாநாட்டில் பேசிய தோழர் சிவஞானம், '"என் தாய் மொழியைக் காக்க, கட்டாய இந்தியை எதிர்த்துப் போராடுவேன். அந்தப் போராட்டத்தில் உயிர்த் தியாகத்திற்கு அவசியம் ஏற்படுமானால் முதலில் இந்த சிவஞானத்தின் உடல்தான் எலும்புந் தோலுமாய்க் காற்றில் ஊசலாடும்" என்று வீர மொழி புகன்றார்! மகிழ்ந்தோம், தேசியத் தேவியிடமே குலவிக் கொண்டிருந்தவருக்குத் தமிழ் அன்னையிடமும் இவ்வளவு பாசம் ஏற்பட்டதே என்று. ஆனால் நம் மகிழ்ச்சியை நீடிக்கவிடவில்லை அவர். காரணம், உயிர்த் தியாகத்திற்கே தயார் என்று சொன்னவர் ஒப்புக் காகிலும் இந்தி எதிர்ப்புப் போரில் கலந்து கொள்ளவில்லை. சாக்கு போக்குச் சொல்லி விலகி நின்றுவிட்டார்; மார்பைக் காட்டி முன்வந்தவர் புறமுதுகிட்டு ஓடினார். சிலப்பதிகார பெருமை பேசும் சிவஞானம் தமிழ்க் குலத்துக்கே இழுக்கைத்தேடினார்!

பாவம், அவர் என்ன செய்வார்? அன்றைய மாநாட்டு நிகழ்ச்சிகளில் மெய்மறந்து போனார்! அன்றைய மாநாட்டு மண்டபமே, தாய் மொழி காக்க இந்திச் சனியனை எதிர்த்துப் போர் முரசு கொட்ட, தமிழ்த் தலைவர்கள் ஆலோசனை நடத்தும் கூடமாக, தமிழ் வீரர்களின் பாசறையாகக் காட்சி யளித்தது. முதுபெரும் புலவர் மறைமலையடிகளார், தமிழ்ப் பெரியார் திரு. வி. க., தந்தை பெரியார் ஆகிய தலைவர்கள் மேடையில் அமர்ந்திருக்க, திராவிடத்தளபதி, அந்தக் குள்ள உருவம், அரும்பு மீசைக்காரர், காட்டாற்று வெள்ளமென, இல்லை, கடல் மடை திறந்தாற்போல வீரத் தமிழிலே அறை கூவல் விடுத்தார்!

"தாய் மொழிக்கு ஆபத்து என்றவுடன் தமிழர் பெரும் படை தரண்டு விட்டது காணீர்! கிளம்பிற்றுக் காண் தமிழர் சிங்கக் கூட்டம், கிழித்தெறிய தேடுதுகாண் பகைக் கூட்டத்தை! ஆம், போர்க்களம் நோக்கிப் புறப்படத் தயாராகிவிட்டோம் நானும் எனது தோழர்களும்! இனிப் பேச்சுக்கு நேரமில்லை, செயலுக்கு இடந்தாருங்கள். அளியுங்கள் உங்கள் அனுமதியை! உங்களைத்தான் கேட்கிறேன் தமிழ்த் தலைவரே, பெரியாரே அறிஞரே, ஆசி கூறி அனுப்புங்கள்" எனத் தமிழர் சார்பிலே 'போர்! போர்!! போர்!!!" என போர்ப்பறை முழக்கினார் நம் அண்ணா. இப்பேச்சு கேட்ட இளைஞர் கூட்டம் போருக்குத் "தயார், தயார், தயார்" என ஆரவாரம் செய்தது. இத் தகைய உணர்ச்சி வெள்ளம் மாநாட்டில் ஆரம்பத்திலிருந்தே காணப்பட்டது.

இந்த ஆர்வத்தைக் கண்டு நிலை தடுமாறினார் சிவஞானம். சூடுதணியுமுன்பே வார்த்தைகளைக் கொட்டிவிட்டார். பின்பு கீழ்ப்பக்கத்தின் குளிர்ந்த காற்று வீசீற்று போலும்! மீண்டும் பழைய குட்டையில் போய் விழுந்தார்!

இப்படி காங்கிரஸ் குட்டையில் விழுவதும் எழுவதும் தோழர் சிவஞானத்திற்கு நீச்சல் குளத்து விளையாட்டாக

இருந்திருக்கிறது. ஆறு ஏழு ஆண்டுகளுக்கு முன்பு என்று னைக்கிறேன். அப்போது அவர் தமிழரசுக்கழகத்தின் தனிப்பெருந் தலைவராக ஆகாத காலம், மேடைப் பேச்சுக்கு அழகு நடை தேவை என்பதற்காக "திராவிட நாடு" தலையங்கத்தை மனப்பாடம் செய்து கொண்டிருந்த நேரம், அப்போது சொன்னார், "ரயிலில் பிரயாணம் செய்யும்போது, பாதையைவிட்டு ரயில் அப்பாற் சென்று விடும் எனத் தெரிந்தால் சங்கிலியைப் பிடித்திழுத்து ரயிலை நிறுத்த வேண்டும். நிறுத்த முடியாவிட்டால் நாமாவது வெளியில் குதித்துவிட வேண்டும். அதைத்தான் முன் யோசனை யுள்ளவன் செய்வான். அதே போல், "இன்று காங்கிரஸ் தவறான பாதையில் கொண்டிருப்பதாக உணர்பவர்கள் ஒன்று காங்கிரஸைக் காப்பாற்ற வேண்டும். அல்லது, தாங்களாவது விலகிக்கொள்ள வேண்டும்" என்று.

ஆனால் அதே சிவஞானத்தைப் பார்த்து காங்கிரஸ் ரயிலைச் சேர்ந்தவர்கள் சொல்லுகிறார்கள், "நீர் என்ன, எங்கள் ரயிலில் வந்து உட்கார்ந்து கொண்டு உன் ஆட்களுக்கு என ஒரு தனிப்பெட்டியை (தமிழரசுக் கழகத்தை)ச் சேர்த்து விட்டிருக்கிறாய்? கூடாது இந்த வேலை! ஒன்று அந்த பெட்டியை எடுத்துவிடு அல்லது இதோ வண்டியை நிறுத்துகிறோம். பத்திரமாக இறங்கிப்போய், உன் தனிக் பெட்டியை, முடியுமானால், இஞ்சினில்லாமலே ஓட்டிப் கொள். இங்கு தொல்லை கொடுக்காதே" என்று.

இப்படி விரட்டியடித்தும்கூட அந்த ஆபத்தான ரயிலை விட்டு இறங்க மறுக்கிறார் சிவஞானம். அவர்தான் நமக்கு அழைப்பு விடுகிறார்.

"டால்மியாபுரம் போராட்டத்திற்கு என்ன அவசரம்? 'சித்தூரைக் காக்க போராடுவோம் வாருங்கள்' என்று அழைக்கிறார். நான் கூற ஆசைப்படுகின்றேன், தமிழரசுக் கழகத்தைப் போல நாலைந்து ஆட்களைக் கொண்டு நடத்தப் படுவது அல்ல திராவிட முன்னேற்றக் கழகம். ஆயிரமாயிரம் இளைஞர்களைத் தன்னுள் அடக்கியுள்ளது, திராவிட

முன்னேற்றக் கழகம். தமிழரசுக் கழகத்தைப் போல வெறும் காலாட்படையை மட்டும் நம்பி நடத்தப்படுவதல்ல எங்கள் திராவிட முன்னேற்றக் கழகம். இரத, கஜ, துரக, பதாதி எனும் நால்வகைப் படைகளைக் கொண்டு நடத்தப்படுவது எங்கள் திராவிட முன்னேற்றக் கழகம். இதை மறந்துவிடக் கூடாது தோழர் கிராமணியார். திருச்சியில் தோழர் சிவ ஞானம் சித்தூரைக் காக்கத் தனக்கே உரிமையுள்ளது என்று நினைத்து, சித்தூரைக் காக்கும்படித் தன் தலையில் தான் அரசியல் பிர்மா எழுதியிருப்பதாக எண்ணிப் பேசிய அடுத்த நாளே, சித்தூர் போராட்டத்தில் கைது செய்யப் பட்ட ஏழு பேரில் ஐந்து பேர் திராவிட முன்னேற்றக் கழகத்தார் என்னும் செய்தி வருகிறது.

எங்கள் பெரும் படையில் ஒரு பகுதியைப் பிரித்து அந்தப் பகுதிக்குத் திராவிட முன்னேற்றக் கழகத்து முன்னணி வீரர் வட ஆற்காடு மாவட்டத்து செயலாளர் ஏ. எல். சி. கிருஷ்ணசாமி அவர்களைத் தளபதியாக நியமித்து அவர் கையில் சித்தூரைக் காக்கும் பணியை ஒப்படைத்துள்ளோம்.

இந்த நேரத்தில் திராவிட முன்னேற்றக் கழகத்தைப் பற்றி நிலவிவரும் ஒரு தவறான கருத்துக்குப் பதில் கூறவும் ஆசைப்படுகிறேன் நம்முடைய இலட்சியத் திராவிட நாட்டில் ஆந்திரமும் ஒரு பகுதியாகையால் ஆந்திரருக்கு எதிராக தமிழர் நலன்காப்பதில் நாம் அக்கரை காட்ட மாட்டோம் என்பதுதான் பலருடைய எண்ணம். இந்த தவறான எண்ணத்தைக் கொண்டிருப்பது அவர்கள் தவறே யொழிய அதற்குப் பொறுப்பாளிகள் நாம் அல்ல.

மொழிவாரி பிரிவினை ஏற்படும்போது, அந்தந்த மொழிப் பகுதிகள், வேறு மாகாணத்தை அல்லது மாகாணங்களைச் சேர்ந்திருந்தாலும் ஒன்றுசேர வேண்டும் என்பதுதான் நம் கொள்கை இது, இன்று நான் கூறுவதல்ல. ஏற்கனவே சென்னையில் கூடிய மாநில மாநாட்டிலேயே இதைத் தெளிவாக விளக்கித் தீர்மானம் நிறைவேற்றியுள்ளோம். இருந்தும் நம்மைப்பற்றி புகார் கிளப்புகிறார்கள் என்றால், ஒன்று, வேண்டுமென்றே, இந்தச் சந்தர்ப்பத்தைப் பயன்

படுத்திக் கொண்டு நம் பெயரைக் கெடுக்க முயற்சிக்கிறார்கள் என்று அர்த்தம்; அல்லது இன்னும் நம்மைச் சரிவர புரிந்து கொள்ளவில்லை என்றாகிறது. இதற்கெல்லாம் காரணம், பிரச்சினையை எந்தக் கண்ணோட்டத்தில் கவனிக்கவேண்டும் என்பதில் அல்லது பண்டித நேருவின் பாஷையில் சொல் வதானால், பிரச்சினையை அணுகும் முறையில், இன்னும் அவர்களுக்குத் தெளிவு உண்டாகவில்லை.

ஆந்திரர் பிரிந்து செல்லுகிறார்கள் என்றவுடன் அவர்களைத் தமிழர்கள் தம் எதிரிகளாகக் கருதிக் கொள்ள வேண்டிய அவசியமில்லை. அதற்காக ஆந்திரத்துடன் சேர்ந்தாற்போலுள்ள தமிழ்ப் பகுதிகளை நாம் விட்டுவிட வேண்டுமென்பதில்லை. ஒரு அங்குலமும் விட்டுத்தர வேண்டி யதில்லை. ஆந்திரர்களும் தங்கள் பகுதிகளைத் தமிழர்களுக்கு விட்டுக் கொடுக்கவேண்டும் என்று நாம் சொல்லவில்லை. எனவே நியாயத்திற்கு விரோதமாக சித்தூர் தமிழ்ப்பகுதிகள் ஆந்திராவுடன் சேருவதை ஆட்சேபித்து நடக்கும் கிளர்ச் சிக்கு நம் ஆதரவு நிச்சயம் உண்டு. ஆனால் இந்த ஒரு கிளர்ச்சிக்காக திராவிட முன்னேற்றக் கழகம் தன் இளைஞர் படை அத்தனையையும் சித்தூரை நோக்கி அனுப்ப வேண்டும் எனக்கேட்பது தவறு.

ஏற்கனவே நான் சொன்னபடி, ஒரே நேரத்தில் ஒன்றுக்குமேற்பட்ட இயக்கங்களை நடத்தும் பலமுடையது எங்கள் கழகம் என்பதை நான் பெருமிதத்துடன் கூறிக் கொள்ள ஆசைப்படுகிறேன்.

உதாரணமாக, டால்மியாபுரம் போராட்டம் நடத்தவிருக்கும் இதேநேரத்தில், ஆச்சாரியாரின் கல்வி திட்டத்தை எதிர்த்து மற்றொரு போராட்டத்தை ஆரம்பிக்கவும் திட்டமிட்டிருக்கிறோம்.

ஆச்சாரியாரின் இந்தப் புதிய கல்வித் திட்டம் என்ன, அவர் இதைக் கொண்டு வருவதின் உள்நோக்கம் என்ன வென்பதை நாம் ஆழ்ந்து சிந்திக்க வேண்டும். அதற்கு முன்பாக, ஆரிய

இனத்திற்கு வாழ்வளிப்பதற்கென்றே ஆட்சிக்கு வந்தவர் ஆச்சரியார் என்பதை மறந்துவிடக் கூடாது. அவரை குல்லுகபட்டர் என்றும், சாணக்கியர் என்றும் நாம் கூறுவது ஆச்சரியமல்லவென்று சிலர் கூறக் கூடும். ஆனால் அவருடைய குள்ளநரித்தனம் அகில இந்திய பெயர்பெற்றது என்பதை நான் உங்களுக்கு எடுத்துக்கூற விரும்புகிறேன்.

ஆச்சாரியார் சென்னை மாகாண ஆட்சியைக் கைப்பற்றியதும், பம்பாயிலிருந்து வெளிவரும் ஆங்கில வார இதழான 'கரண்ட்' பத்திரிகை எழுதிற்று. ''ஸ்ரீ சி. ராஜகோபாலாச்சாரி சென்னை முதன் மந்திரி பதவி ஏற்றதால் சென்னை ராஜ்யத்திற்கு என்ன என்ன நன்மை தீமைகள் ஏற்படும் என்பதை நம்மால் சொல்லமுடியாது. ஆனால் அவரது ஆட்சியில் பிராமணர்கள் அதிலும் முக்கியமாக ஐயங்கார்கள் ஏதாவதொரு விதத்தில் லாபமடைவர் என்பது மட்டும் நிச்சயம் எனக் கூற முடியும்'’' என்று. இவ்வாறு சென்னை மக்களுக்கு எச்சரிக்கை விடுத்தது "திராவிட நாடு" அல்ல, வடநாட்டிலிருந்து ஒரு பார்ஸிக்காரரால் நடத்தப்படும் பத்திரிகை என்பதை நன்றாக நினைவில் வைத்துக் கொள்ளவேண்டும். அப்பொழுது தான் ஆச்சாரியர் கொண்டுவரும் புதிய திட்டங்களில் உள்ள பார்ப்பன சூழ்ச்சியை நாம் உணரமுடியும்? அவருடைய திட்டங்களை மேம்போக்காக பார்ப்பவருக்கு ஏதோ ஆச்சாரியார் மக்களின் பொதுநலனுக்காகத் தான் பாடுபடுகிறார் எனத் தோன்றும். ஆகையால் அவருடைய செய்கை ஒவ்வொன்றின் உண்மை சொரூபத்தை, உள் நோக்கத்தை உணர, சுயமரியாதைக்காரரின் கண்ணோட்டம்கூடத் தேவையில்லை; கரண்ட் பத்திரிகையின் கண்ணோட்டம் இருந்தாலே போதும். ஏன் இதைக் கூறுகிறேன் என்றால் சுயமரியாதைக்காரர்கள் எதிலும் ஆரிய சூழ்ச்சி இருப்ப தாக எண்ணும் 'குறுகிய மனப்பான்மை' கொண்டவர்கள் என்றக் குற்றச்சாட்டை நீங்கள் கேட்டுகேட்டு உங்கள் காது புளித்துப்போயிருக்கும்.

எனவே வேண்டாம் உங் களுக்கு அண்ணாதுரையின் அறிவுரை, வேண்டாம் உங்களுக்குப் பெரியாரின் போதனை,

பார்ப்பனத் துவேஷியாக இல்லாத, பகுத்தறிவு பாசறையைச் சேராத ஒரு பார்ஸிக் காரரின் எச்சரிக்கையாவது உங்கள் கண்ணைத் திறக்கட்டும்.

கல்கியின் இடைவிடாத பிரசாரத்தால், ஆச்சாரியார் மகான் என்றும் 'இந்தியாவின் மாபெரும் தலைவர்களில் ஒருவர்' என்றும், சென்னையைக் காக்கவந்த உத்தமர்' என்றும் உங்கள் மனத்திரையிலே படிந்துள்ள மாயை விலக வேண்டும்.

ஆனால் புதிய ஆரம்ப கல்வித் திட்டத்தைப் பொறுத்த வரையில், அதிலுள்ள ஆரிய சூழ்ச்சியை அறிய எந்த கூரிய கண்ணோட்டமும் தேவையில்லை. தேசிய கண்ணோட்டமே போதும். மந்தபுத்தி படைத்தோறும் தெரிந்துகொள்வர் மாம்பலத்து மகான் செய்யும் மகத்தான சதித்திட்டத்தை. காரணம் அவரே பச்சையாகச் சொல்லியிருக்கிறார், தன் திட்டம் என்னவென்பதை.

வண்ணான் மகன் வண்ணானாகத்தானிருக்க வேண்டும், அம்பட்டன் மகன் சவரத் தொழிலைத்தான் செய்யவேண்டும் சக்கிலியன் மகன் சக்கிலித் தொழிலைத்தான் வேண்டும் என்று!

என்னவிருந்தாலும் துணிச்சல்காரரர் ஆச்சாரியார்! இந்த இருபதாம் நூற்றாண்டிலே, மறுமலர்ச்சி மனங்கமழ எங்கெங்கும் பரவியுள்ள இந்த காலத்திலே, பகுத்தறிவுத் தென்றல் வீசும் இந்த நாளிலே, "பார்ப்பனன் என்ன உயர்ந்தவன், பறையன் ஏன் தாழ்ந்தவன்?" என்று எந்தப் பாமரனும் கேட்கும் அளவுக்கு நாட்டில் விழிப்புணர்ச்சி ஏற்பட்டுள்ள நேரத்திலே, உலகெங்கிலும் மனித சமத்துவம் பற்றி பறைசாற்றப்படுகின்ற காலத்திலே, ஏன்? தேசியத் தோழர்களாலேயே "பறையர் என்றும் புலையர் என்றும் ஜாதியில்லை நாட்டிலே" என்று பாடப்படுகின்ற இந்த நாட்களில், கூறுகிறார் ஆச்சாரியார், 'பறையன் பறைய னாகத்தானிருக்க வேண்டும், அவன் படித்துவிட்டாலுங்கூட! சக்கிலி சர்க்கார் உத்தியோகத்திற்கு வரக்கூடாது, அவன் தன்

குலத்தொழிலை, அது எவ்வளவுதான் இழி தொழி லானாலும், செருப்பு தைப்பதானாலும், தெருக்கூட்டுவ தானாலும், மலம் எடுப்பதானாலும் அதைத்தான் செய்தாக வேண்டும். சக்கிலிப்பிள்ளை ஒருவன் கேட்கக்கூடாது, மற்றவனைப்போல், பார்ப்பனப் பையனைப்போல் முதலிச் சிறுவனைப்போல் படித்தவனாயிற்றே, நான் வெள்ளைச் சட்டை போட்டுக்கொண்டு நாற்காலியில் உட்கார்ந்து உத்தியோகம் பார்க்கக் கூடாதா என்று. அம்பட்டன் மகன் சொல்லக் கூடாது என் தகப்பனும், பாட்டனும், முப்பாட்டனுந்தான் மற்றவருக்குத் தலையைச் சிரைப்பதிலேயே காலங்கழித்தார்கள், நானாவது நாலு பேருக்கு மத்தியில் நல்லபடி வாழக்கூடாதா என்று. வாழக் கூடாதுதான், நீ போனால் வேறுயார் செய்வது அந்தத் தொழிலை" என்கிறார்.

யார் செய்யக்கூடாது அத்தொழிலை? பார்ப்பனர் செய்யக்கூடாது, செய்யமுடியாது என்கிறாரா பிராமணோத் தமர்; பிரம்மன் முகத்தில் உதித்தவர் எம் குலத்தார் என்கிறாரா? என்ன அர்த்தம்? என்ன நெஞ்சழுத்தம் இருந்தால் இதைச் சொல்லுவார்? பாராளக் கூடாது, பார்பர் ஷாப்புதான் வைக்க வேண்டும் என்கிறார். பேனாவைத் தொடக் கூடாது, கத்தியைத்தான் எடுக்க வேண்டும் என்கிறார். துணிந்து கூறுகிறார், திராவிட சமுதாயத்தைத் துச்சமென மதித்து கூறுகிறார். எதைச் சொன்னாலும் இந்தச் சூடு சொரணையற்ற திராவிட சமுதாயம் கேட்டுக் கொள்ளும் என்ற எண்ணத்தில்தானே இதையும் சொல்லிக் கொண்டு இன்னும் முதன் மந்திரியாக உலவி வருகிறார்!

மானமே உயிரினும் பெரிதென மதித்த மறத் தமிழர்கள் வாழ்ந்த இந்த தமிழ் நாட்டில், இன்று சூடு சொரணையற்ற ஜன்மங்கள், மானம் ஈனமற்ற மாமிசப் பிண்டங்கள் இல்லா விட்டால் வருமா அந்த ஆணவம் ஆச்சாரியாருக்கு?

எங்கிருந்து வந்தது அவருக்கு அந்த தைரியம்? யாருடைய ஏமாளித்தனத்தால் ஏற்பட்டது அந்த திமிர்?

நாடாண்ட இனமல்லவா திராவிட இனம்? இமயத்தில் கொடி பொறித்த மன்னர் மரபில் மரபில் வந்தவரல்லவா நாம்?

கடாரம் வென்ற தமிழர்களல்லவா நாம்? போர்த்திறம் மிகக்கவர்களல்லவா நாம்? களம் பல கண்டவர்களல்லவா நாம்? கடல் கடந்து வாணிபம் செய்தவர்களல்லவா நாம்? கடலில் முத்துக் குளித்து செல்வத்தைப் பெருக்கியவர்களல்லவா நாம்? கலை வளர்த்தவர்களல்லவா நாம்? நாகரீகத்தில் உலகுக்கு வழிகாட்டியவர்களல்லவா நாம்?

நம்முடைய சீர்பெற்ற வாழ்வை, செல்வ வளத்தைக் கண்டு நம்மிடம் யாசகம் கேட்க வந்தவர்கள் தானே ஆரியர்கள்? நம் மன்னரிடம், செல்வப் பெருமக்களிடம் பல்லைக் காட்டி, இச்சகம்பேசி, பிச்சை எடுத்ததுதானே 'இந்த ஆரியக்கூட்டம்? பிழைப்புக்கு வழியின்றி, பிறந்த இடத்தைவிட்டு, நாடுநாடாகச் சுற்றித் திரிந்து, ஆடு மாடுகளை மேய்த்துக் கொண்டு தமிழ்நாடு வந்தடைந்த ஒரு பராரி கூட்டமல்லவா அவர்கள்?

அன்று பிச்சை கேட்க நம்மிடம் இச்சகம் பேசியவர்கள், இன்று நமக்கு இதோபதேசம் செய்கிறார்கள்! நம்முடைய உப்பைத் தின்று உடலை வளர்த்துக் கொண்டவர்கள், நம்முடைய தயாள குணத்தால் வாழ்க்கையை வளமாக்கிக் கொண்டவர்கள், நம்முடைய பெருந்தன்மையால் நிலையில் உயர்ந்தவர்கள் இன்று உயரத்தில் அமர்ந்து கொண்டு ஏறிய ஏணியை எட்டி உதைக்கிறார்கள் ! அது மட்டுமா? தாங்கள்தான் வாழப் பிறந்தவர்கள் ஆளப் பிறந்தவர்கள், நாமெல்லோரும் உழைக்க வேண்டியவர்கள் என கட்டளை பிறப்பிக்கின்றனர், பாராண்ட இனத்தைப் பார்த்து பராரி யாக வந்த இனம் பரிகாசம் செய்கிறது. நாடாண்ட சமுதா யத்தை நாடோடிக் கூட்டம் நையாண்டி செய்கிறது! ஆம் நம்மையெல்லாம் துச்சமென மதிக்கிறது ஆரியமும் அதன், தலைவர் ஆச்சாரியாரும்!

அன்று தன் சாகஸத்தால் தொழிலுக்கொரு ஜாதி என்று ஏற்படுத்தி, என்றென்றும் திராவிட இனம் தனக்கு அடிமைப்பட்டுக் கிடக்கவும், தான் மட்டும் அவர்களைச் சுரண்டிச் சுரண்டியே, உழைக்காமல் கொள்ளாமல் உல்லாச வாழ்வு நடத்தவும் செய்து கொண்ட தந்திரமிக்க ஏற்பாடான வர்ணாஸ்ரமமுறை,

இன்று சுயமரியாதைச் சுறாவளியால் சின்னாபின்னமாவது கண்டு திடுக்கிடுகிறது ரியம். ஆயிரம் ஆபிரம் ஆண்டுகளாக தான் கட்டிவந்த கோட்டை இன்று பகுத்தறிவாதிகளின் சீர்திருத்த பிரசாரத்தால் இடிந்து வருவது கண்டு ஆரியத்தின் எண்ணத்தில் இடி விழுந்துவிட்டது. எனினும் விட்டுக் கொடுக்கும் மனப்பான்மை வரவில்லை. எப்படி வரும்? எத்தனையோ காலம் ஏமாந்தவர்களின் உழைப்பினாலேயே ஏகபோக சுகத்தைக் கண்ட கூட்டம் இன்று திடீரென மற்றவர்களைப்போல் வாழ ஒப்புமா? ஆகவே மீண்டும் அந்தக் கொடிய வர்ணாஸ்ரம முறையை நிலைநாட்ட முயற்சி நடக்கிறது.

அன்று நம் தயவை நாடி வந்த நாடோடி கூட்டமாக இருந்ததால், சாகஸம் பேசி நம்மைப் பணிய வைத்தது. இன்றோ ஆட்சிப் பீடமே அதன் கையில் சிக்கிக் கொண்டி ருக்கிறது. எனவே இச்சகவார்த்தைகள் அதற்குத் தேவைப் படவில்லை. அதிகார மமதையொடு கட்டளையே போடுகிறது. உத்தர ஆம், சொந்த நாட்டினருக்கு, வந்த கூட்டம் விடுகின்றது. பார்த்துக்கொண்டு தானிருக்கிறோம். பரபரப் படையவில்லை. நம் பண்புக்கேற்ப, அக்கிரமத்தை எதிர்த் துப் போர் முரசு கொட்டவில்லை. பொழுது போக்கிக் கொண்டிருக்கிறோம், இராவணன் ஆண்டாலென்ன, ராமன் ஆண்டாலென்ன என்ற மானங் கெட்ட முறையிலே.

ஆச்சாரியாரின் கல்வித்திட்டம் பழைய வர்ணாஸ்ரம முறைக்கு வாழ்வளிக்கும் சதித் திட்டமே என்று நாட்டிலுள்ள நல்லறிவாளர்கள் சொன்னார்கள், குலத் தொழிலையே செய்ய வேண்டும் என்ற இந்த கட்டாயம் வேண்டாம், எங்கள்

பிள்ளைகள் இன்றைய நவீன உலகிற்கேற்ற பல தொழிலிலும் முன்னேற வேண்டும், எனவே கூடாது இந்தக் கல்வித் திட்டம், இது நடைமுறைக்கு வருவது எங்கள் பிள்ளைகளின் வாழ்வைப் பாழாக்குவதாகும் என நுண்ணறிவுள்ள பெற்றோர்கள் தெரிவித்தனர். பள்ளிகள் பலவற்றை நடத்தும் பொறுப்பேற்றுள்ள, அத்துறையில் அனுபவம் பெற்றுள்ள ஜில்லா போர்டுகள் தீர்மானம் மூலம் புதிய திட்டத்தை எதிர்த்துக் கண்டனக் குரல்கள் எழுப்பின,

கேட்டார்கள் அரசியல் நாணயமுள்ளவர்கள், ஜன நாயகத்தில் நம்பிக்கையுள்ளவர்கள், “ஆச்சாரியாரே, இத்தனை பேர்கள் எதிர்க்கிறார்களே; யாருடைய ஆதரவும் காணோமே உங்கள் திட்டத்திற்கு; யார் பேச்சையும் கேட்காமல் ஏன் கொண்டு வருகிறீர்கள் இந்த திட்டத்தை?' என்று.

பதில் சொன்னார் ஆச்சாரியார்! சரியான பதில்! அரசியல் சரித்திரத்தில் இதுவரை யாரும் கேட்டிருக்க முடியாத பதில்! சர்வாதிகாரிகளில் மிகக் கொடியவன் எனப் பெயர் பெற்ற சார் மன்னன் வாயில்வராத பதில் ! தன்னைத் தானே எதேச்சாதிகாரி என்று கூறிக்கொண்ட ஹிட்லர் கூட சொல்ல அஞ்சியிருக்கக்கூடிய பதில்! என்ன அது?

“நான் யாரைக் கேட்க வேண்டும்? என் மனதில் பட்டது, செய்தேன். சங்கரரும், இராமனுஜரும் தங்கள் மதக் கோட்பாடுகளை மக்களிடம் கூற, பரப்ப, யாருடைய ஆலோசனையைக் கேட்டார்கள்? ஆண்டவன் செய்தியாக அவர்கள் எண்ணத்திலே தோன்றியதைச் சொன்னார்கள், அதைப்போல் தான் நானும்'

இதுதான். ஆச்சாரியார் அளித்த பதில்! ஜனநாயக முறையில் ஆட்சி செலுத்தும் முதன் மந்திரி கூறிய வார்த்தை! கருத்துரிமை, எழுத்துரிமை, பேச்சுரிமை வாரி வழங்கப்பட்டிருக்கும், உலகத்திலேயே உன்னதமானதென பறைசாற்றப்படும் இந்திய அரசியல் சட்டத்தின் கீழ் நடைபெறும் ஒரு ராஜ்ய சர்க்காரின் தலைவராக உள்ளவர்

கூறுகிறார் தைரியமாக, "நான் யாரைக் கேட்கவேண்டும், என் இஷ்டப்படித்தான் செய்வேன்" என்று. தட்டிக் கேட்க ஆளில்லை என்ற தைரியமல்லாமல் வேறென்ன? காங்கிரஸி லுள்ள திராவிடத் தோழர்கள் என்ன செய்து கொண்டிருக்கிறார்கள்?

சங்கரர் சொன்னாராம், இவரும் சொல்கிறாராம்.

சங்கரர் சொன்னார், வைணவந்தான் சிறந்தது என்று. சைவர்களும் இருக்கத்தானே செய்தார்கள் நாட்டில்?

இராமானுஜர் கூறியிருப்பார் இராமாவதார பெருமை பற்றி. சுப்பிரமணிய துதிபாடியவர்கள் இல்லாமலா போய் விட்டார்கள்?

சங்கரரும், இராமானுஜரும் சொல்லியுங்கூட ஏன் மக்கள் அனைவரும் வைணவர்களாக மாறவில்லை? எப்படி அவர்கள் சித்தாந்தத்தை எதிர்த்தவர்களும் ஏராளமாக இருக்க முடிந்தது? காரணம் என்ன?

அவர்கள் மதத்தலைவர்களே யொழிய, முதன் மந்திரி பதவியில் இருந்தவர்களல்ல? தம் கோட்பாடுகளைத் தம் பக்தர்கள் மூலம் பிரசாரம் செய்தார்களே யொழிய கல்வி இலாகா டைரக்டர் போன்ற அதிகாரிகள் அவர்களிடம் இருந்தது கிடையாது! சைவர்களோ சமணர்களோ எதிர்த்தால் அவர்களைக் கண்டிக்க முடிந்ததேயொழிய தடியால் அடித்து நொறுக்கவோ, சுடவோ, சிறையில் தள்ளி வதைக்கவோ அவர்களிடம் போலீஸ் இருந்ததில்லை!

எனவே அவர்கள் சொன்னதை யெல்லாம் ஏற்றுக் கொள்ள வேண்டிய நிர்ப்பந்தம் இல்லை.

ஆனால் இன்று அவர்களுடன் தம்மை ஒப்பிட்டுக் கூறும் ஆச்சாரியாருக்கு ஆட்சி, அதிகாரம், ஆள் பலம் அத்தனையும்

இருக்கிறது. எவர் தப்பமுடியும் இவருடைய இந்த சதித் திட்டத்திலிருந்து? தம் பிள்ளைகளின் வாழ்வை வளமாக்க நினைக்கும் பெற்றோர்கள், அப்பிள்ளைகளை மூன்று மணி நேரப்படிப்பென்ற முழு மோசமான காரியத்திலிருந்து எப்படி காப்பாற்ற முடியும்? வேண்டாத ஒன்றை அதிகாரபலத்தின் மூலம் திணிப்பதை எப்படிச் சகித்துக் கொள்ள முடியும்?

வேண்டுமானால், தம்முடைய கல்வித் திட்டம் வேறு எவருடைய மூளையிலும் உதிக்காத அரும்பெரும் திட்டம் என்று ஆச்சாரியார் கருதினால், போகட்டுமே பதவி விட்டு, கிராமத்தை நோக்கி ! நடத்தட்டும் அவர் இஷ்டப்படி ஒரு ஆரம்பப் பள்ளியை! நடத்திக் காட்டட்டும்? திட்டத்தை! விருப்பப்பட்டவர் பிள்ளைகளை அனுப்பட்டும். ஆச்சாரியாரின் ஆரம்பப் பள்ளி ஆலமரம் என வளர்ந்து ஓங்கட்டும், நாடெங்கும் பரவட்டும், தாராளமாக! யார் வேண்டாம் என்கிறார்கள்?

இன்று நாட்டில் நடவாமலா இருக்கின்றன வெவ்வேறு விதமான பள்ளிகள்? கவி தாகூர் ஆரம்பிக்க வில்லையா சாந்திநிகேதனத்தை, விஸ்வ பாரதியை? மாண்டிசெரி பள்ளிகள் இல்லாமலா போய்விட்டன? தொழில் துறை விஞ்ஞானி ஜி. டி. நாயுடு செய்து காட்டி வருகிறாரே, மூன்று மாதத்தில் திறமை மிக்க என்ஜினியர்களைப் பயிற்றுவிக்கும் அற்புதத்தை! அவர் நடத்தும் அக்கல்லூரிக்கு வெளிநாடு களிலிருந்தெல்லாம் மாணவர்கள் வருகிறார்களே? ஏன் அம்மாதிரி செய்யக்கூடாது, திட்டத்தில் உண்மையான நம்பிக்கையிருந்தால்?

இதற்காக கிராமத்திற்குச் சென்று, அவரே பள்ளியை நடத்தக்கூட வேண்டாம். பதவியை விட்டுச் செல்ல அவருக்கு மனம்வராது. போகட்டும்! சர்க்கார் சார்பிலேயே இந்தக் கல்வித் திட்டத்தை இரண்டொரு கிராமங்களில் மட்டும் அமுல் செய்து, 'மாதிரி திட்டமாக' ஏன் பரீட்சை

செய்து பார்க்கக் கூடாது? மாகாணத்திலுள்ள இலட்சக் கணக்கான பிள்ளைகள் அத்தனைபேரையுமா பாழ்படுத்த வேண்டும்? நினைத்துவிட்டால் செய்துவிட வேண்டியது தானா? மறுபேச்சே கூடாதா? அப்படியானால் துக்ளக் ஆட்சிக்கும் ஜனநாயக ஆட்சிக்கும் என்ன வித்தியாசம்? ஜனநாயக ஆட்சி என்று யார் சொன்னது என்றுகூட கேட்பார் ஆச்சாரியார். 'யார் என்னைத் தேர்ந் தெடுத்தார்கள்? யாருக்கு நான் பிரதிநிதி? எங்கே ஜனநாயகம்? அதெல்லாம் ஒன்றும் கிடையாது,என்னைக் கூப்பிட்டார்கள்; வந்தேன்; என் இஷ்டப்படி ஆள்கிறேன்'. என்று அவர் சொன்னால் ஆச்சரியப்படுவதற்கில்லை. அவ் வளவு நெஞ்சழுத்தக்காரர் அவர்! இது மட்டுமா சொல்வார், எது வேண்டுமானாலும் துணிந்து சொல்வார், செய்வார், காங்கிரஸ் துதிபாடிகள் இருக்கும் வரை!

நெஞ்சில் கை வைத்துச் சொல்லுங்கள் நேர்மையுள்ள காங்கிரஸ்காரர்களே! இந்த கல்வித் திட்டம் நாட்டுக்கு நலன் பயக்குமா? நம் பிள்ளைகளை நாசமாக்கும் இந்த திட்டத்தை நாட்டில் பரப்ப விடுவது முறையா? இதனால் எங்கள் பிள்ளைகள் வாழ்வு மட்டுந்தானா பாதிக்கப்படும்? உங்கள் பிள்ளைகள் வாழ்வு பாழாகாதா?

காங்கிரஸ் திராவிடனே! உங்கள் பிள்ளைகளை உத்தி யோகம் செய்யாதே எனத் துரத்துகிறார்-நீங்கள் தூங்கிக் கொண்டிருக்கிறீர்கள். அரசாங்கத்தின் அலுவலகத்திலே உங்கள் சந்ததியை வரக் கூடாது என்கிறார்-இதைப் பார்த்துக்கொண்டு சும்மா இருப்பதா? ஏற்கனவே இருந்த வகுப்பு வாரி பிரதிநிதித்துவ முறையையும் பறிகொடுத் தோம்! இல்லை, பறித்து விட்டார்கள்! முன்னேற்பாட்டுடன். இதே நோக்கத்துடன் அரசியல் சட்டத்தில் வழி செய்து கொண்டுவிட்டு; அதையே ஆதாரமாக வைத்து வழக்காடி சதித்திட்டத்தை மிகச் சாமர்த்தியமாக பூர்த்தி செய்து கொண்டு விட்டார்கள்.

அதுதான் போயிற்றென்றால், தொழிலியல் கல்லூரிகளில் மாணவர்களாக சேருபவர்கள் ஓரளவு உடற்கட்டு உடையவர்களாக இருக்கவேண்டும் என்றும், அப்போது தான் அவர்கள் தம் எதிர்காலத் தொழிலுக்குத் தகுதியுடை யவர்களாயிருப்பார்கள் என்றும் முன்னைய சென்னை சர்க்கார், தேர்தலுக்கு முன்னிருந்த மந்திரிசபை உத்தர விட்டது.

ஆச்சாரியார் வந்தார்? பார்த்தார்! உடற்கட்டு உடை யவர்களுக்குத்தான் கல்லூரியில் இடம் என்றால் பார்ப்பன மாணவர்கள் பலர் அத்தகுதியில் தவறி விடுவதைக் கண்டார்! அவ்வளவுதான்! ரத்து செய்து விட்டார் அந்த உத்தரவை. யார் செய்வார்கள் இவ்வளவு பகிரங்கமாக? பார்த்துக் கொண்டு தான் இருந்தோம். என்ன செய்தோம் நம் பிள்ளைகள், மாணவர் நலனைக் காப்பாற்ற? எதிர் காலத்தில் எப்படி காணமுடியும் திராவிட டாக்டர்களை, திராவிட என்ஜினியர்களை?

இந்த உத்தியோகங்கள் மட்டும் தம் சமூகத் தாருக்குக் கிடைத்தால் போதாது-எல்லவிதமான உத்தி யோகங்களும் அவர்களுக்கே கிடைக்க வேண்டும் என எண்ணினார். என்ன செய்தால் மீண்டும் தாங்களே ஏக போக உரிமையுடன், மிக்க செல்வாக்குடன் வாழலாம் யோசித்துப் பார்த்தார். வர்ணாஸ்ரம முறைதான் திராவிட மக்களை மட்டந்தட்ட சரியான வழி என்ற முடிவுக்கு வந்தார். அதைத்தான் புதிய கல்வி திட்டம் என்ற பெயரால் நாட்டில் நடமாடச் செய்ய முனைகிறார்! இதைப் புரிந்து கொள்ள மறுக்கின்றனர் நம் தேசீயத் திராவிடத்தோழர்கள்!

அவர்களில் ஒருவராவது கேட்டாரா, "ராஜாஜியே; அவரவர் குலத் தொழிலைச் செய்யவேண்டும் என்கின்றீர்களே, உங்கள் குலத்தொழில் என்ன? என்று? 'குளத்தங்கரையிலும் கோயிலிலும் இருக்க வேண்டியவர் வேண்டாம்! சேர, சோழ, பாண்டிய மன்னர்கள் அழிந்து பட்டதை நினைவுபடுத்திக் கொள்! அவர்கள் ஒருவரோ டொருவர் வெட்டி மடிந்தார்கள்!

பொது எதிரியைக் காணத் தவறியதின் விளைவு அது! இன்று நீயும் அதே தவறைத்தான் செய்கிறாய்! திரும்பிப்பார்! அதோ உன் எதிரி! புலப்படவில்லையா? புன்னகை பூத்து நிற்கிறதா அந்த உருவம்? அதுதான் ஆரியம்; அதன் வழக்கமான ஆயுதம் புன்னகை, சாகஸம்! சமர் புரியாது நேருக்கு நேர்! சூழ்ச் சியால் நம்மை வெல்லப் பார்க்கும்! காரணம், நாம் பலர் அவர்கள் சிலர்! அவர்கள் ஆட்டிப் படைக்கிறார்கள்! நாம் அடி பணிகிறோம். அவர்கள் சர்வாதிகாரம் செய்கிறார்கள். நாம் சரணாகதியடைகிறோம். சிங்கத்தின் குகையிலே சிறு நரி விளையாடுகிறது! எங்கும் நடைபெறாத நடக்க முடியாத நிகழ்ச்சி இங்கு நடக்கிறது!

உலகம் வியக்கத் தக்க, யாரும் நம்ப முடியாத நிகழ்ச்சிகள் ஒன்றல்ல, பல நடக்கின்றன இங்கு. தமிழிசை இயக்கம் ஆரம்பிக்கப்பட்டபோது அதை அறிந்த அமெரிக்கர் ஒருவர் ஆச்சரியப்பட்ட கதையை நமது ஆர்.கே. ஷண்முகம் அவர்கள் பத்து ஆண்டுகட்கு முன்பு சென்னையில் நடைபெற்ற தமிழிசை மகாநாட்டில் மிக அழகாக எடுத்துக் கூறினார். தாம் அமெரிக்கா சென்றிருந்த போது, தமக்கு வந்த சென்னை பத்திரிகையொன்றைப் பார்த்த அமெரிக்க நண்பர் ஒருவர் இது என்ன தமிழிசை இயக்கம் என்று கேட்டாராம். அதற்கு நமது ஆர். கே. எஸ். 'இனி பாட்டுக்களை எல்லாம் தமிழ் மொழியிலேயே பாட வேண்டும் என்று நாங்கள் சொல்கிறோம். 'அது தான் இந்த இயக்கம்" என்று சொன்னாராம். ஒன்றும் புரியாத அமெரிக்கர், 'அது ஏன் அப்படி கேட்கிறீர்கள்? ஏன் உங்களுக்கு இந்த விபரீத புத்தி? தாய் மொழியில் பாடுவது உங்களுக்குப் பிடிக்கவில்லையா?" என்று கேட்டாராம். உடனே 'தமிழ் மொழி தான் ஐயா எங்கள் தாய்மொழி' என்று இவர் விளக்கியதும், அவர் மிக, மிக ஆச்சரியத்தோடு பார்த்து, "அப்படியானால் இத்தனை நாள் எந்த மொழியில் பாடிக்கொண்டிருந்தீர்கள்?" என்று சாட்டையால் அடித்த திரி நமது ஷண்முகத்தைக் கேட்டாராம். 'அந்த வெட் கக்கேட்டை ஏன் கேட்கிறீர்கள். தாய் மொழியில் பாடுவது கூடாது என்று எங்களிலேயே சிலர் எதிர்க்கின்றனர்.

இதெல்லாம் உங்களுக்கு ஆச்சரியமாயிருக்கும். எங்கள் தமிழ் நாட்டில் எதுவும் நடக்கும்" என்று ஆத்திரத்தோடும் சலிப்போடும் தாம் பதில் கூற வேண்டியதாயிற்று அன்றைய மாநாட்டில் தெரிவித்தார் ஆர்.கே. எஸ்.

இப்படி தமிழன் சொல்லக்கூட வெட்கப்பட வேண்டிய நிகழ்ச்சிகள் நடக்கின்றன, நிலைமைகள் இருந்து வருகின்றன!

இன்று, ஒரு நாட்டு மக்களை மற்றவன் சுரண்டுவதை எங்கு நியாயம் என்று ஏற்றுக் கொள்ளுகிறார்கள்? யார் சகித்துக் கொள்கிறார்கள்? உலகந்தோன்றியது முதல் சுரண்டலை, ஆதிக்கத்தை எதிர்த்து எழுச்சி பெற்ற மக்கள் நடத்திய போராட்டங்களின் பட்டியல்தானே சரித்திரம்? எங்கு நடைபெறவில்லை சுதநதிரக் கிளர்ச்சிகள்? யார் அடிமையாக இருந்தார்கள் நிரந்தரமாக, விருப்பத்தோடு! சர்வ வல்லமை படைத்த வல்லரசானாலும், அதன் அடக்கு முறைக்குப் பயந்து அடங்கி ஒடுங்கியா போய்விட்டார்கள்? துப்பாக்கி முனையைக் காட்டியபோது தூரமாக ஓடியா விட்டார்கள், உயிரைத் துச்சமென மதித்து துள்ளி எழாமலா இருந்து விட்டார்கள்?

சமீபத்தில் பார்த்தோமே, பிரிட்டனை பாரசீகம் வழி கூட்டி அனுப்பியதை! தன் நாட்டு எண்ணெய்க் கிணறுகளின் மூலம் பிரிட்டிஷ்காரர்கள் கொள்ளை லாபமடித்து வந்ததைச் சகித்துக் கொண்டாரா அந்நாட்டுப் பிரதமர் முஸாதிக்? எண்ணெய் கம்பெனி மூலம் ஆண்டுதோறும் கிடைத்து வந்த கோடிக் கணக்கான வருவாய் போனாலும் கவலை யில்லை என்று வெள்ளையனை வெளியேற்றியது எதனால்? அடிப்படைக் காரணம் என்ன? தன் நாட்டுப் பொருளை அயலான் சுரண்டுவதை அனுமதிப்பது மனிதப் பண்பல்ல. அதை எப்பாடு பட்டேனும் அழித்தொழிப்பதுதான் மனித இயல்பு. அதைத்தான் நாட்டுப்பற்றுடையவன், தன் இன வாழ்வில் வளர்ச்சியில் அக்கரை கொண்டவன். செய்வான்! இதுதான் உலக நியதி!

அந்த உலக நியதி நமக்குத் தேவையில்லையா? வேண்டாமா நமக்கு அந்த மனிதப் பண்? இருக்கக் கூடாதா இங்குள்ளவர், இந்நாட்டவர்,

இந்நாட்டவர், எந்நாட்டவரும் போல் உண்டு, உடுத்து ஓரளவு சுகவாழ்வு வாழவேண்டும் என்ற எண்ணம்? வந்தவனுக்கெல்லாம் வழிவிட்டுக் கொண்டிருப்பதுதான், வாழையடி வாழையாய் நம் வேலையாய் இருக்கவேண்டுமா?

சற்றே, சிந்தியுங்கள்! வடநாட்டானுக்கு இங்கென்ன வியாபாரம்? இங்கென்ன தொழிற்சாலை? டால்மியா எதற்குத் தமிழ் நாட்டிற்கு? தமிழ் மணங்கமழும் சோழவளநாட்டின் மத்தியில் அந்த சோம்பேறியின் பெயர் இருக்கலாமா ஒரு களங்கமாக?

இந்தக் களங்கத்தை, இந்த இழிவைப் போக்கத் தான் டால்மியாபுரப் போராட்டத்தை, பழைய தமிழ் பெயர் கல்லக்குடியையே மீண்டும் வைக்கவேண்டும் என்று போர் முரசு கொட்டியுள்ளோம்.

இது ஒரு அரசியல் சூதாட்டம், விளம்பரத்திற்காக செய்யப்பட்ட ஏற்பாடு என்றெல்லாம் சொல்லுவர் சிலர்- இதைச் சொல்லியே நம் மதிப்பைக் குறைத்துவிட முடியும் என்ற தப்புக் கணக்குடையவர்!

கோரிக்கைக்கு செவி சாய்க்காததால் நேரடியாக போராட்டத்தில் இறங்கிவிட்டோம்!

ஓராண்டு பொறுத்துப் பார்த்தோம்! அச்சகத்தின் காரணமாக அல்ல! ஆள்வோருக்கு அவகாசம் கொடுத்துப் பார்த்த பின் டால்மியாபுரம் உள்ள மாவட்டத்திலேயே இருக்கும் லால்குடி என்னும் ஊரில், ஏறத்தாழ மாநில மாநாடு என்று மதிக்கத் தக்க அளவுக்கு மாபெரும் மாநாடு கூட்டி

அந்த மாநாட்டில் நிறைவேற்றிய தீர்மானப்படி போராட முன் வந்துள்ளோம்.

ஆக, திடீரென்றோ, விளம்பரத்திற்கென்றோ, துவக்கப் பட்டதல்ல இந்தப் போராட்டம். அப்படியொன்றும் விளம்பரத்திற்கு ஆசைப்பட வேண்டிய நிலையிலுள்ளவர் களல்ல நாங்கள். அதிலும் சிலர் கருதுவதுபோல், கலாட்டா மூலம் பத்திரிகை விளம்பரத்தை விரும்புபவர்களல்ல நாங்கள். எந்த அரசியல் கட்சியையும்விட அமைதியைக் கடைப்பிடிப்பவர்கள் நாங்கள்தான். கலவரம் செய்யும் கயமைத்தனம் எங்களிடம் காணமுடியாது. அதோடு இந்நாட்டு தேசிய பத்திரிகைகளின் யோக்கியதை எங்களுக்குத் தெரியாததல்ல.

உதாரணமாக நாளைக்கு, டால்மியாபுரத்தில், நானும் எனது தோழர்களும் அங்கு ரயில்வே ஸ்டேஷனில் உள்ள அந்த வடநாட்டான் பெயருக்குமேல் 'கல்லக்குடி' என்ற பெயர் பொறித்த காகிதத்தை ஒட்டிவிட்டு அமைதியாகத் திரும்பி வந்து விட்டால், என்ன வரும் பத்திரிகைகளில்?

டால்மியாபுர போராட்டம் பிசுபிசுத்தது!

இதைத்தானே காணமுடியும்? 'தோழர் கருணாநிதியின் வெற்றி முழக்கம்' என்றா போடுவார்கள்?

அமைதிக்கு இடமில்லாமல், ஒரு வேளை சில திராவிட விபீஷணர்கள் வந்து, எங்களை வழி மறிக்க, நாங்கள் சும்மாயிருந்தாலும், நம்மிடம் அனுதாபம் கொண்ட பொதுமக்களில் சிலர் அந்த வம்பர்களை விரட்ட முயற்சிக்க, ஏதாவது கைகலப்பு ஏற்பட்டால், அப்போது சற்று பெரிய எழுத்திலேயே வரும் செய்தி !

டால்மியாபுரக் கிளர்ச்சியில் கைகலைப்பு பொது மக்கள் ஆத்திரம்! தி. மு.க.-வினர் காலித்தனம்!

அமைதி நிலவினால் பிசுபிசுத்தது! கலவரம் நடந்தால், அதற்குப் பொறுப்பாளிகள் நாம், பெயரும் காலித்தனம்!

இந்த விளம்பரத்திற்கா நாங்கள் ஆசைப்படுவோம்! இதிலா எங்கள் கொள்கை, இலட்சியம் நாட்டு மக்களிடையே பரவமுடியும்?

இல்லாமலா போய்விட்டது எங்களுக்கு மேடை? நாடு, நகரம், பட்டிதொட்டிகளில் எல்லாம் சூறாவளியெனச் சுற்றிவராமலா இருக்கிறார்கள் கழக முன்னணி வீரர்கள்? எதையும் விட சிறந்த பிரசார சாதனமான சினிமா' எங்களிடம் சிக்கிக் கொண்டதே என்று மற்றவரல்லவா பொச்சரிப்பும் பொறாமையும் கொண்டுள்ளனர்!

நாங்களா ஆசைப்பட வேண்டும் விளம்பரத்திற்கு?

இந்தக் கேலியும் கிண்டலும், நம்முடைய இலட்சியப் பாதையிலிருந்து நம்மை விலக்க முடியாது.

டால்மியாபுரப் போராட்டம் ஏன் ஆரம்பித்துள்ளோம்? அதன் நோக்கம், இலட்சியம் என்ன?

டால்மியா - வடநாட்டான் பெயர்! வளமிக்க திரா விடத்தைச் சுரண்டும் வடநாட்டு முதலாளியின் பெயர்! பாங்குகள், இன்ஷூரன்ஸ் கம்பெனிகள், வியாபார நிலையங்கள், தொழிற்சாலைகள் மூலம் இந்நாட்டுப் பொருளைக் கொண்டு கொழுத்துவரும் திமிங்கலங்களில் ஒன்றுதான் டால்மியா! எப்படி கொழுக்க முடிந்தது?

வாழையும் தென்னையும் செழித்து வளரும் திருச்சி மாவட்டத்திலே, காவிரியாறு ஓடும் திருச்சிப் பகுதியிலே, தமிழகத்தின் நடுநாயகமெனத் திகழும் திருச்சிக்கருகிலே 100 ஏக்கர் நிலம் டால்மியாவுக்குச் சொந்தம்! தமிழகத்து மண் வடநாட்டானுக்குச் சொந்தம்! இந்நாட்டு மண்ணும் வெள்ளி உருவெடுத்து, சுண்ணாம்புந்தான் சிமெண்டாக நாணயங்களாகவும், பச்சை கரன்சி நோட்டுகளாகவும் மாறி,

டால்மியாவின் பையிலே, இரும்புப் பெட்டியிலே போய் சேருகிறது, பாங்கிக் கணக்கிலே இருப்புக் கலம் ஏறிக் கொண்டே போகிறது!

அவருடைய செல்வப் பெருக்கத்திற்குப் பயன்படுவது இந்நாட்டு மண்மட்டுமல்ல! நம் தோழர்களின் ரத்தமும் சிந்தப்படுகிறது. வியர்வையாக! ஆம் இரண்டாயிரம் திராவிடத் தொழிலாளர்களின் வியர்வைத் துளிகள்தான் ஆண்டு ஒன்றுக்கு இருபத்தைந்து லட்ச ரூபாயை வாரித் தருகின்றன அந்த வடவனுக்கு! இந்தச் சுரண்டல் ஒழிப்புக்கு கால் கோல் விழாதான் டால்மியாபுரப் போராட்டம். எங்களது முதல் அடி டால்மியாபுரம்! கடைசி இலக்கு டில்லியாகத்தானிருக்கும் !

டால்மியாபுரம்! வடநாட்டான் பெயர்! ஆனால் அந்த வார்த்தையிலுள்ள எழுத்துக்கள் நமது தேனாகத் தித்திக்கும் செந்தமிழ் எழுத்துக்கள். அந்த எழுத்துக்கள் இடம் மாறிய காரணத்தால் ஈட்டியாக மாறி தமிழ்த்தாயைத் தாக்குகின்றன. அந்த ஈட்டி முறியடிக்கப்படவேண்டும். ஆம்! அந்த இழிவுச் சின்னம் அழிக்கப்பட வேண்டும்.

நாங்கள் ஏழைகளின் வாழ்வை உயர்த்தப் பாடுபடாமல் வீண்டம்பத்துக்காக டால்மியாபுரப் போராட்டம் நடத்துகிறோமாம்! கூறுகிறார்கள், குதர்க்கம் பேசுவதையே தன் தொழிலாகக் கொண்ட ஒரு சிலர்.

ஏழைகளுக்காக இவர்கள் தான் பாடுபடுவது போலவும், நாங்கள் என்னவோ ஏழைகளின் ஏங்கிய பெருமூச்சிலே தென்றலை ரசிப்பவர்கள் போலவும் எண்ணிக் கொண்டு பேசுகிறார்கள்!

தரித்திரம் பிடித்தவர்களின் தளர்ந்து போன நரம்புகளைத் தொட்டு தம்புறா மீட்பவர்கள் அல்ல நாங்கள்! ஒடிந்து போன உழைப்பாளியின் நரம்புக்கும் யானையின் தந்தத் திற்கும் ஒப்புவமை பேசிக் கொண்டிருக்கும் உருப்படாத கலா ரசிகர்களுமல்ல! நாங்கள் ஏழைகள்? எங்கள் கழகமே

ஏழைகளின் கூடாரம்! மந்தமாருதம் வீச மந்தகாச இரவு வேளைகளில் மகிழ்ச்சியுடன் உலவிக் கொண்டிருப்பவர்கள் அல்ல! புயலின் நடுவே உலவிக் கொண்டிருப்பவர்கள்!

என்றோ ஒருநாள் எங்கள் தோழர்களில் எவரோ ஒருவர் பட்டுச் சட்டை போட்டிருப்பதைப் பார்த்துவிட்டு, எங்களை டாட்டாவின் மகன் என்றோ, டால்மியாவின் மாப்பிள்ளை என்றோ, பிர்லாவின் பேரன் என்றோ தப்புக் கணக்குப் போட்டுவிடாதீர்கள். நாங்கள் ஏழைகள்; எங்களின் (ஏழைகளின்) ஏற்றத்திற்காகவே இறுதிவரை போராடுவோம்.

எங்களின் போராட்டமே ஏழைகளின் போராட்டம்! எங்கள் வடநாட்டு எதிர்ப்புப் போராட்டமே ஏழைகளின் உயர்வுக்காக நடத்தப்படும் போராட்டம்! டால்மியாபுரப் போராட்டமும் இதற்கு வழி செய்வதுதான்!

வடநாட்டுச் சுரண்டல் ஒழிந்தாலன்றி இந்நாட்டு செல்வ வளம் பெருகாது! பெருகாது என்பது மட்டுமல்ல, இன்னும் சிறிது காலத்தில் சீரழிந்து போகும், திராவிடம் வரண்ட பாலைவனமாகக் காட்சியளிக்கும். ஊற்றெடுக்கும் கிணறுகூட வற்றிவிடும் ஒரு காலத்தில்! விலை மதிக்க முடியாத தங்கத்தையுள்ளடக்கியிருக்கும் சுரங்கமும் காலி யாகிவிடும்! அதே நிலைதான், அதே பயங்கர நிலைதான், நினைத்தாலே திடுக்கிட வேண்டிய, நெஞ்சுபதற வேண்டிய மிக மிக ஆபத்தான நிலைதான் நம்மை எதிர்நோக்கியுள்ளது.

முதன் மந்திரி ஆச்சாரியாரே கூறியிருக்கிறார் வட நாட்டுச் சுரண்டலைப் பற்றி. இன்ஷூரன்ஸ் கம்பெனிகள் மூலம் மட்டும் ஆண்டுதோறும் நான்கு கோடி ரூபாய் எங்கிருந்து வடநாட்டுக்குச் செல்கிறது என்று அவர் கணக்குத் தந்துள்ளார். இன்ஷூரன்ஸ் கம்பெனிகள் மூலம் மட்டும், ரூபாய் நான்கு கோடி என்றால் மற்றுமுள்ள பாங்குகள், வர்த்தக ஸ்தாபனங்கள், தொழிற்சாலைகள் ஊரெங்கும் பரவி கிடக்கும் மார்வாடி வட்டிக் கடைகள் மூலம் எத்தனை எத்தனை கோடியோ! இப்படி பணம் வடக்கு நோக்கிப்

பறந்து கொண்டேயிருந்தால் நம் செல்வ வளநாடு சுடுகாடாகாமல் எப்படியிருக்க முடியும்?

பண்டைய தமிழ் நாடா இது! பல தொழிலும் சிறந்திருந்த நாடா? இது! வாணிகத்துறையில் வான் முட்டப் புகழ் ஓங்கியிருந்த நாடா இது! எங்கே பூம்புகார்? எங்கே துறையூர்! என்னவாயிற்று அவற்றின் சிறப்பு! பார் பம்பாய் நகரத்தை! பார் ஆமதாபாத்தை! பார் ஜம்ஷட்பூரை! பெருமிதத்தோடு, ஆணவத்தோடு காட்சியளிக்கின்றன பார்!

ஏன் இந்நிலை?

எதனால் இந்த மாற்றம்!

இருக்கலாமா, நீடிக்க விடலாமா இதை? என்னாவது நம் வாழ்வு? நாம் என்ன வாழப் பிறந்தவர்கள் அல்லவா? வடநாடு மட்டும் செழிக்கத்தானா இந்த நாட்டுச் சுதந்திரம் வழி செய்யவேண்டும்?

சுதந்திரத்திற்குப் போராடியவர்கள் என்ன சொன்னார்கள்! வெள்ளையன் சுரண்டுகிறான், இந்நாட்டை, தன் நாட்டுப் பொருளுக்கு இந்தியாவை நல்லதொரு மார்க்கட்டாக உபயோகிக்கிறான் என்று சொல்லவில்லையா? பாரத நாட்டுப் பண்டைய கைத்தொழில்கள் எல்லாம் நசித்துப் போனதற்குக் காரணம் பிரிட்டிஷ் ஆட்சிதான் என்று பறை சாற்றியவர்கள் அவர்கள்தானே? சுதந்திரம் கிடைத்தவுடன் இந்நாட்டுக் கைத்தொழில்கள் பலவும் ஓங்கி வளரும், புதுப் புது தொழில்கள் மலரும் என்றெல்லாம் சொன்னார்களே?

இந்நாடு, இந்நாடு என்று அவர்கள் குறிப்பிட்டதெல்லாம் வடநாட்டைத்தானா?

அவர்கள் சொன்னபடியெல்லாம் தொழில்கள் ஓங்கி வளருவது, புதிதாக மலர்வதும் வடநாட்டில்தானே, இங்கல்லவே! எல்லாம் கோதாவரிக்கு அப்பக்கந்தானே தவிர, காவிரிக்கரையில், வைகைப் பக்கத்தில் காணோமே!

1947 ஆகஸ்டு 15-க்குப் பின் ஏற்பட்ட மாற்றமெல் லாம் லண்டன் டில்லியாயிற்று, பிரிட்டன் வடநாடாயிற்று! வடநாட்டுக் கைத்தொழில் பொருள்களுக்கு திராவிடம் மார்க்கட்டாயிற்று!

பிரிட்டனை எதிர்த்து நடத்தப்பட்ட சுதந்திரப் போராட்டம் சரி என்றால், டில்லியை எதிர்த்து தனித் திராவிட நாடு போர் நடத்தும் போராட்டம் எப்படி தவறாக முடியும்! அன்று பிரிட்டன், இந்தியாவை அடிமைப்படுத்தி வைத்திருந்தது வியாபார நோக்கத்தோடு என்றால் அதே நோக்கம் இன்று - வடநாட்டுக்குந்தானே இருக்கிறது;

இல்லாவிட்டால் புதுப்புதுத் தொழிற்சாலைகள் வடநாட்டில் மட்டும் ஏராளமாக எழுந்துவருவதின் காரணம் ஏன்? அவற்றிற்கு மட்டும் அனுமதியும் ஆதரவும் தரவேண்டும்.

நாட்டுக்குத் தேவையான தொழில்கள், மக்களுக்கு அத்தியாவசிய பொருள்களை உற்பத்தி செய்யும் தொழிற் சாலைகள் என்றெல்லாம் சாக்குச் சொல்லி எத்தனை பேருக்கு வடநாட்டில் மத்தியசர்க்காரிடமிருந்து பொருளுதவி கிடைக் கிறது! சில சமயம் மூலதனமேகூடத் தரப்படுவது நமக்குத் தெரியாமலா போயிற்று? சிந்தியா கப்பல் கட்டும் தொழி லுக்கு கோடிக் கணக்கான ரூபாய் உதவி செய்யப்படு கிறதே! ஏன் இந்த உதவிகள் எல்லாம் திராவிடத்திற்குக் கிடைக்கவில்லை? எதனால் இந்த ஓர வஞ்சனை? எப்படி நம்புவது வடநாட்டு ஆட்சியை? எதைக்கொண்டு இந்தியர் எல்லோரும் ஓர் குலம் எனக் கொள்வது? சுரண்டும் கூட்டமும், சுரண்டப்படும் மக்களும் ஒரே இனந்தானா?

வேண்டுமானால் கூறலாம் டில்லி ஆட்சி, "தென்னாடு, வடநாடு என்ற வேறுபாடு எமக்கில்லை. தகுதியுள்ளோர்! அவர் எங்கிருந்து வந்தாலும், உதவியளிக்கத்தான் செய் கிறோம். பாரபட்சம் எம்மிடம் கிடையாது" என்று.

சொல்லலாம், ஆனால் செயலில் காட்டக் காணோமே!

தொழில் விஞ்ஞானி ஜி. டி. நாயுடுவுக்கு, க்ஷவரபிளேட் செய்வதற்கான உலோகத்தை வரவழைத்துத் தர மறுத்தது ஏன்? மேல் நாட்டவர் எல்லாம் புகழ்ந்து பாராட்டிய, நெடு நாளைக்குக் கூர்மை மங்காத அந்த அற்புத பிளேடைச் செய்ய உதவியளிக்க மறுத்தது மட்டுமல்லாமல், "இந்த உலோகத்தை உமக்குத் தருவது வீண் என்று சர்க்கார் கருதுகிறது" என ஆணவப் பதில், அனுப்பினார்களாமே! என்ன அர்த்தம் இதற்கு? தென்னாட்டவன் ஒருவன் உலகப் புகழடைவதா, அங்கு ஆரம்பமாகலாமா அந்தத் தொழில், என்ற கெட்ட எண்ணம் அல்லாமல் வேறென்ன? எங்கேயோ போயிற்று பாரபட்சமற்ற தன்மை. எல்லோரும் இந்தியர் என்ற ஒத்தநோக்கு?

இப்பொழுதும் கூறுகிறார், இன்றைக்கும் நாளைக்கும் சொல்கிறார், தம்மால் மோட்டார் இயந்திரச் சாமான்களைச் செய்யமுடியும் என்று! செவிசாய்க்கிறதா டில்லி? வெளி பொச்சரிப்பு, பொறாமை, சூழ்ச்சி, தந்திரம், தங்கள் ஆதிக் கம் கொஞ்சமும் குறையக் கூடாதென்ற பேராசை இவ் வளவும் வடநாட்டுக்கு இருக்கிறது. என்று கொண்டால் தவறென்று எப்படிச் சொல்ல முடியும்? ஆக, வடநாடு தென் னாட்டின்மீது என்றென்றும் ஆதிக்கம் செலுத்தவேண்டு மென்று திட்டமிட்டு வேலை செய்கிறது என்பது தெளிவாக வில்லையா? பொறுத்துக் கொள்ளமுடியுமா இதனை? அகில பாரத் கொள்கையை ஏற்றுக் கொண்டு எதற்காக நாம் அடிமைப்பட்டுக் கிடக்கவேண்டும்? அவர்கள் ஏன் வாழவேண்டும்? நாம் ஏன் வறுமையில் கிடந்துழல வேண்டும்? இதைக் கேட்பது கூடவா தவறு? அதை நாங்கள் சொல்லித்தானா தெரியவேண்டும்?

காவிரிக் கரையிலே ஒரு டால்மியாபுரம்! கங்கை கரையிலே உண்டா ஒரு இரத்தின சபாபதிபுரம்! இருக்கத்தான் அனுமதிப்பார்களா? உண்டா அவர்களுக்கு அந்தப் பரந்த

மனப்பான்மை? நமக்கு மட்டும் ஏன் வேறு எவருக்கும் இல்லாத அந்தப் பெருந்தன்மை ?

"சிங்களம் சீறுகிறதே! சுரண்டவா சென்றனர் நம் தோழர்கள் அங்கு? வளமிக்க தமிழ்நாடு அவர்களுக்கு வாழ்வளிக்கத் தவறியதால், வயிற்றுப் பிழைப்புக்காக இலங்கைத் தேயிலைத் தோட்டத்திலே நாலணா, எட்டணா கூலிக்காக கடல் கடந்து சென்றவர்கள்தானே அவர்கள்! தங்கள் இரத்தத்தை நீராகப் பாய்ச்சி வயிறு வளர்த்து வந்தார்களே தவிர, செல்வத்தையா குவித்துக் கொண்டார்கள்!

இலங்கையைத் தங்கள் வாழ்விற்கான ஒரு இடமாக அமைத்துக் கொண்டார்களே தவிர சுரண்டலுக்கான மார்க்கட்டாகப் பயன்படுத்திக் கொள்ள வில்லையே? இருந்தும் கேட்கிறதே இலங்கை, இந்தியனுக்கு இங்கு என்ன வேலை!" என்று.

அதுமட்டுமா? தங்கள் உழைப்பால் சிங்களத்தின் செல்வத்தைப் பெருக்கி இன்று சீர்பெற்ற நாடாகத் திகழச் செய்த தமிழரைப் பார்த்து வெளியேறு" என்கிறார்களே உழைப்பால் கிடைத்த ஊதியத்தைக் கூட தாயகத்தில் தமிழகத்தில் உள்ள தம் குடும்பத்திற்கு அனுப்புவதற்குத் தடை விதிக்கிறார்களே! திராவிடத்தை வடநாடு சுரண்டு வது போல் கோடிக் கணக்கில் பணம் வெளியேறுவ தென்றால் சிங்களத்தின் சீற்றம் எந்த அளவு உருவெடுக்கும், நினைத்துப் பார்க்கவேண்டும்!

இலங்கை மட்டுமல்ல. மலேயா, பர்மா, தென்னாப்பிரிக்கா முதலிய நாடுகளும் இதே பாதையைத்தான் பின்பற்றுகின்றன! எங்கெல்லாம் தமிழன் பிழைக்கச் சென்றானோ, எந்தெந்த நாட்டின் செல்வத்தைப் பெருக்க உழைப்பின் மூலம் உதவியளித்தானோ அங்கிருந்தெல்லாம் விரட்டப் படுகிறான்? இப்படி நேர்மை, நீதியைப் பார்க்காமல், நன்றி யறிதல் சிறிதும் இன்றி, மனிதத்

தன்மையற்ற முறையிலே பகிரங்கமாக அந்த நாடுகள் எல்லாம் நம் தோழர்களைத் துரத்தியடிக்கின்றன?

நாமோ இங்கு அகில இந்திய தேசீயம் பேசிக் கொண்டிருக்கிறோம்! அகண்ட பாரத் கண்ணோட்டம் இன்னும் நம்மை விட்டபாடில்லை! எல்லோரும் இந்தியர் என்ற மாயவலையில்தான் இன்னும் நாம் சிக்கியுள்ளோம்! வெளிநாடு சென்ற நம்மவரெல்லாம் வீடு திரும்பும் நிலை கண்டும், விழிப்படையவில்லை நாம்! தன் இனம் வாழவேண்டும் என்பதற்காக அவரவர் அக்கிரமச் செயல்களும் புரிகிறார்கள் என்ற செய்தியைத் தாயகம் திரும்பும் தமிழர்கள் நம் காதில் வந்து திணித்துங்கூட நாம் திண்ணைத் தூங்கிகளாகத்தான் இருக்கிறோம்! உணர்ச்சி பெறவில்லை நாம்! உண்மையான நிலைமையை உணர்ந்தோமில்லை! நேர்மையான போராட்டத்தைக் கூட, வடநாட்டுச் சுரண்டல் ஒழிப்புப் போராட்டத்தைக்கூட நாம் செய்யத் தயங்குகிறோம்!

வடநாட்டான் இங்கு வாழவே கூடாதென்றா நாம் சொல்கிறோம்? இங்கிருந்து வடக்கு நோக்கி பணம் பயணமாகிக் கொண்டிருப்பதைத் தானே நாம் எதிர்க்கிறோம்! இதில் என்ன தவறு! ஏன் நம்முடன் சேரக்கூடாது தேசீயத் திராவிடர்கள்?

டால்மியாபுரப் போராட்டம் ஆரம்பிக்கப்போகிறோம் என்றவுடன் கேலி பேசுவானேன்! கட்சிக்குப் பெயர் சம் பாதிப்பதற்காக இதைச் செய்கிறாம் என்ற கிண்டல் ஏன், உமக்கில்லையா அக்கறை தென்னாடு, திராவிட நாடு சுரண்டலிலிருந்து விடுபட வேண்டும் என்று? நீ வாழும் நாடு வரண்டுகொண்டே போனால், இந்த ஆபத்தை? பேராபத்தைத் தடுக்காமற் போனால், இன்னும் கொஞ்ச காலத்தில் என்ன ஆகும் நம் வாழ்வு? நீ என்ன வடநாட்டுக்கா குடியேறிவிடப் போகிறாய்? கொஞ்சம் சிந்தித்துப்பார்! தேசியத் திரையைக் கொஞ்சம் விலக்கி விட்டுப் பார்! எதிர்காலம் என்ற தூரத்தில் உன் பார்வையைச் செலுத்து! காட்சி பயங்கரமாயிருக்கும்?

அந்த பயங்கர சூழ்நிலையில் நீ மட்டும் எப்படி தப்ப முடியும்? உன் இனம் வாழ்ந்தால் தான் உனக்கும் வாழ்வு ! இது திண்ணம்!

கட்சி வேறுபாட்டினால் கண்டபடி பேச வேண்டாம்! எதிர்க் கட்சி என்பதற்காக எதையும் எதிர்த்துப் பேச வேண்டாம்!

வடநாட்டு ஆதிக்கம் பொருளாதாரத் துறையில் மட்டும் இருக்கவில்லை. தென்னாடு என்றாலே அங்குள்ளவர்களுக்கு ஒரு அலட்சியம்! கேட்டுப்பார் உன் தலைவர்களை, மந்திரிகளை! ஆணவப் போக்கினை, டில்லியின் ஓர வஞ்சனையை சென்னை அவர்கள்தான் நன்கு அறிந்தவர்கள்! அங்கு யென்றாலே கேவலமான எண்ணம்! ஆனால் அதே நரத்தில் பம்பாய்க்குத் தனிச் சலுகை!

அத்தகைய நேரங்களில் அவர்கள் கொஞ்சம் விழிப்படைவதுண்டு. எங்களைப் பற்றிய நினைவு, நல்ல நினைவு வருவது முண்டு! ஆனால் கட்சிப் பிகு, பதவிப் பித்து குறுக்கே வந்து நிற்கின்றன! விளைவு அந்த நல்ல நினைவும் பயனற்றுப் போகிறது!

ஆனால் எந்த உண்மையை எடுத்துச் சொன்னாலும் உனக்கு உணர்ச்சி வரப்போவதில்லை. பாரத மாதா புத்திரன் என்றுதான் இன்னும் நினைத்துக் கொண்டிருப் பாயே தவிர, திராவிடன் என்ற தெளிவு பிறக்கப்போவதில்லை உனக்கு. ஆக வடநாட்டு ஆதிக்கம் பற்றி விளக்கம் தருவதெல்லாம், உனக்குப் புத்தி வரும் என்ற முழு நம்பிக்கையால் அல்ல; உன் ஆதரவை எதிர்பார்த்தும் நாங்கள் ஆரம்பிக்கவில்லை இந்தப் போராட்டத்தை, ஏன், எந்த போராட்டத்தையும்!

ஆனால் எவ்வளவுதான் எடுத்து எடுத்துச் சொன்னாலும், நீ என்றென்றும் வடநாட்டுக் கூலியாய், கங்காணியாய் இருக்கிறாய் என்பதையும், உன் இனத்துக்கே நீ துரோகம் செய்கிறாய் என்பதையும், இந்த உன் மாபாதகச் செயலை எந்த தேசிய போர்வையாலும் மறைத்துக் கொள்ள முடியாதென்பதையும் அம்பலமாக்கத் தான் சொல்கிறோம்!

வாழ்ந்த ஒரு இனத்துக்கு மீண்டும் வாழ் வளிக்க நாங்கள் நடத்தும் பெரியதொரு போராட்டத் திலே, உம்மைப் போன்ற இனத் துரோகிகளை நம்புபவர்கள் அல்ல நாங்கள்!

போராட்டக் களத்தில் குதித்துள்ள இந்த நேரத்தில் நமது கூடாரத்தில் இன்னொரு பகுதியிலுள்ளவர்கட்கு ஒன்று கூற விரும்புகிறேன். எங்கள் திட்டத்தில் நீங்கள் குறை கண்டால், எங்கள் பொதுச் செயலாளரிடம் வந்து கேட்டுத் தெளிவடையுங்கள். ஆனால் போராட்டக் களத்தில் குதித் துள்ள இந்த நேரத்தில் எங்களை நீங்களும் சேர்ந்துகொண்டு தூற்றாதீர்கள்.

ஜெர்மனிய நாட்டு எழுத்தாளன் ஒருவன் தான் எழுதிய நூலில் ஒரு சம்பவத்தைக் குறிப்பிடுகிறான்.

ஜெர்மானிய போர்வீரன் ஒருவன் திடீரென்று சுடப் பட்டு அவன் கூடாரத்தில் வீழ்ந்து இறந்தான். சுடப்பட்டு சுருண்டு வீழ்ந்து இறந்தவனை ராணுவ அதிகாரிகள், டாக்டர்கள் முதலியோர் பரிசோதனை செய்து பார்த்தனர். அவனது வெற்றுடலுக்குள் இருந்த குண்டுகளை வெளியில் எடுத்து பார்த்தபோது அதில் எழுதப்பட்டிருந்தது, இந்த குண்டு அமெரிக்காவில் செய்யப்பட்டது என்றல்ல! அதில் எழுதப்பட்டிருந்தது, இந்த குண்டு இங்கிலாந்தில் செய்யப் பட்டது என்றல்ல? அதில் எழுதப்பட்டிருந்தது, இந்த குண்டு ரஷ்யாவில் செய்யப்பட்டது என்றல்ல! அதில் எழுதப்பட்டிருந்தது இந்த குண்டு ஜெர்மனியில் செய்யப் பட்டது என்று! ஆம், ஒரு ஜெர்மனியத் துரோகியால் தான் அந்த வீரன் சுடப்பட்டு சுருண்டு வீழ்ந்து இறந்தான். அது மாதிரி விபீஷணர்களாக சுக்ரீவன்களாக நீங்களும் மாறிவிடாதீர்கள்! என்று பணிவன்புடன் வேண்டிக் கொள்கிறோம்!

நாம் ஆரம்பிக்கும் இந்த போராட்டம், டால்மியாபுரப் போராட்டம், நமது எந்த போராட்டத்தையும் போலவே அமைதியை அடிப்படையாகக் கொண்டது!

போராட்டத்தில் இருவகையுண்டு. ஒன்று போராட் டத்தில் தன்னைத்தானே அர்ப்பணித்துக் கொள்வது, மற்றது, மாற்றாரை உருக் குலைப்பது. முன்னது அறப்போர்! பின்னது பலாத்கார வெறிச் செயல்! திராவிட முன்னேற்றக் கழகம் விரும்புவது அறப்போரைத்தான், அதைத்தான் இது வரை கடைப்பிடித்து வந்திருக்கிறது.

நம் பொதுச் செயலாளர், அறிஞர் அண்ணா இந்த போராட்டத்தை நடத்த எனக்குக் கட்டளை பிறப்பித்தபோது என்னிடம் கொடுத்தனுப்பியவை கண்ணியம், கட்டுப்பாடு, கடமை என்ற ஆயுதங்கள் தான். என்னுடன் போர்க்களம் நோக்கிப் புறப்படும்தோழர்களுக்கும் நான் தரக்கூடியதும் இந்த ஆயுதங்கள் தான். நம்மைப் போலீஸின் குறுந்தடி தாக்கினாலும், துப்பாக்கிகளின் வாயிலிருந்து குண்டுகள் பாய்ந்தாலும் நமக்குள்ள ஆயுதம், கேடயம் எல்லாம் கண்ணியம், கடமை, கட்டுப்பாடு என்ற இந்த மூன்றுந்தான். நமது அறப்போர் இந்த வகையில்தான் நடக்கும்! இந்த நேர்மைப் பாதையிலிருந்து நாம் கொஞ்சமும் பிறழக் கூடாது? கட்சியின் கண்யத்தைக் காப்பதில் மிக மிக அக்கரை கொண்டவர் நம் அண்ணா! அரசியலில் அறம்வளர்க் கும் ஆர்வம் உடையவர் நம் அண்ணா! எப்போதும் சண் டை சச்சரவு, சூழ்ச்சி, தந்திரம் மோசடி நம்பிக்கைத் துரோ கம், கோழைத்தனம், மட்டரகச் செயல்கள் மலிந்து கிடக்கும் அரசியல் உலகிலும் நேர்மை, நீதி, நியாயம், கண்யம் பெருந்தன்மை, வீரம் வெளிப்படையான ஒளிவுமறைவு அற்ற உயர் செயல்களுக்கு இடம் உண்டு என்பதை, துர்நாற்றம் அடிக்கும் அரசியல் உலகிலும் தூய்மைத் தென்றல் வீச முடியும் என்பதை செயலால் காட்டி வருபவர் நம் அண்ணா அவருடைய இந்த நற்பணிக்கு நாம் இழுக்குத் தேடிவிடக் கூடாது? அண்ணாவின் வெற்றி நமது வெற்றி! திராவிடச் சமுதாயத்தின் வெற்றி! இதை ஒருபோதும் மறக்கக் கூடாது!

இந்த உறுதியை உள்ளத்திலே கொண்டுதான் நாம் களத்திலே புகுகிறோம். களத்திலே இறங்கும் நேரத்தில் எத்தகைய கடுஞ் சோதனைகளையும் எதிர்பார்த்துத்தான்! எதற்கும் தயார் என்ற துணிவுடன்தான் இறங்குகிறோம், களம் புகு காதையை அறியாதவர்களல்ல நாம். இலட்சிய பாதை கரடுமுரடானது, கல்லும் முள்ளும் நிறைந்தது என்பதை நாம் அறிவோம். அதற்காக அயர்ந்து சோர்ந்து விடமாட்டோம்.

நாம் படித்திருக்கிறோம். நச்சுக் கோப்பையைக் கடையிலே ஏந்தி நெஞ்சிலே வீரத்தை ஏந்தி, மொழியிலே கொள்கையை ஏந்தி உத்தமர்கள் உயிர்விட்டிருக்கிறார்கள் என்பதை! படித்திருக்கிறோம், நெருப்பிலே தள்ளப்பட்ட போதும் அவர்கள் உடலைச் சாம்பலாக்க முடிந்ததே தவிர, அவர்கள் உயர்ந்த லட்சியத்தை உருக்குலைத்துவிட முடியவில்லை என்பதை!

நாம் படித்திருக்கிறோம், துப்பாக்கியிலிருந்து குண்டுகள் புறப்பட்டு அவர்கள் மார்பைத் துளைத்து இருக்கின்றன, அப்போதும் கொள்கையிலே ஓட்டை ஏற்படவில்லை என்பதை!

நாம் படித்திருக்கிறோம். அலைந்து திரிந்திருக்கிறார்கள். ஆதரிக்க யாருமில்லாது விரட்டப்பட்டிருக்கிறார்கள். வசை மாரிகளைத் தாங்கியிருக்கிறார்கள் மக்களின் முன்பு பைத்தியங்களாக மதிக்கப்பட்டிருக்கிறார்கள். காணத் தகாதவர்களாக, காதகர்களாக, தயவர்களாக நடத்தப்பட் டிருக்கிறார்கள். ஏச்சு ஒரு புறம். ஏளனம் ஒருபுறம். இப்படி மாறி மாறி எதிர்ப்புகள் ஏவப்பட்டிருக்கின்றன. இவ்வள் வையும் சமாளித்து இருக்கிறார்களே தவிர, சாய்ந்து போனது கிடையாது என்ற வரலாற்று உண்மையை அறிந்துதான் களத்தில் குதித்துள்ளோம்.

போர்க்களம் நமக்குப் புதிதல்லவே! வேலும் வாளும் நம் மூதாதையரின் விளையாட்டுக் கருவிகள் அல்லவா? இரத்தக்

குளம் என்றால் அவர்களுக்கு நீச்சல் குளம் அல்லவா? சாவுக்கஞ்சி சமர்புரியாத சமூகத்திலா பிறந்தோம் நாம்?

தமிழ்க்கொடியை, தாயகத்தைக் காக்க காளைகள் பலரி வீரமரணம் அடைந்தார்களே! நான் மட்டும் என்ன தமிழ னல்லவா? திராவிடனல்லவா? என் உடலில் அந்த வீர ரத்தம் வரண்டா போய்விட்டது! இன்று வடநாட்டு ஆணவ ஆதிக்கத்திற்கு வழிவிட்டுக் கொண்டாயிருப்பேன்!

தாயகத்தைக் காப்பேன்; இந்த மண்ணிலே பிறந்தேன். இந்த மண்ணிலேயே மடிவேன். எனது உடலும் மண்ணோடு மண்ணாக இந்த மண்ணிலேயே புதைக்கப்படும். இந்த மண்தான் எனது உடலிலுள்ள மாமிசத்தைத் தின்றுவிட்டு, உலர்ந்த எலும்புத் துண்டுகளாக மாறுகின்றது! ஆனாலும் இந்த மண்ணின் மான்பைக் காக்கவே போராடி மடிவேன்!

எனது தமிழன்னையைக் காக்கும் நேரத்தில் உலுத்தர் களின் கட்டாரி எனது இதயத்தில் பாயலாம்! எதிர்பார்த்து தான் சொல்கிறேன்!

இந்த போராட்டம் டால்மியாவின் சுரண்டலை மட்டும் எதிர்ப்பதல்ல! வடநாட்டு முதலாளி வர்க்கத்திற்கு, ஏகாதி பத்தியத்திற்கே வைக்கும் வெடி! டில்லி அலறும்! அடக்கு முறையை வீசச் சொல்லும்! ஆச்சாரியார் இருக்கிறார் தயாராக! திராவிட எழுச்சியை நசுக்குவதற்கென்றே நாக்கைத் தட்டிக் கொண்டிருக்கும் ஆச்சாரியார், தயங்க மாட்டார் போலீஸை ஏவிவிட!

ஏவி விடட்டும்! என்ன பயம்; அச்சமடைந்தா விடுவேன்?

கண்ணீர் புகையைக் கண்டு கலங்கியா ஓடிவிடுவேன்! "கல்லக்குடி வாழ்க" வாழ்க!" என்று தான் முழக்கமிடுவேன்! மலபார் போலீஸால் மண்டை பிளக்கப்பட்டு இரத்தம் சொட்டினாலும் சோர்ந்துவிடமாட்டேன்! சொட்டிய இரத் தத்தால் அந்த சுரண்டல்காரனின் பெயரை அழித்து, சொந்த நாட்டின் பெயரை எழுதுவேன் ! துப்பாக்கியால் சுடப்பட்டு

சுருண்டுவிழ நேரிட்டாலும். சுரண்டல் ஒழிக!' என்றுதான் சொல்வேன்! “ஐயோ அம்மா” என்று அலற மாட்டேன்.

எதையும் எதிர் பார்த்துத்தான், வீட்டை விட்டுப் புறப்படும் போதே எனது தாயிடம், "அம்மா நான் டால்மியாபுரப் போராட்டத்திற்குச் செல்கிறேன். வெற்றியுடன் திரும்புவேன். அல்லது வீணர்களால் களத்திலேயே வீழ்த்தப்படுவேன்!” என்று கூறி, வாய்க்கரிசி வாங்கிப் போட்டுக் கொண்டு, எனது அன்பு மனைவிக்கு ஆறுதல் வார்த்தை சொல்லி விட்டு, எனது கொஞ்சும் குழவியைத் தூக்கி முத்தமிட்டு, “போருக்குச் செல்கிறேன், பாழ்பட்ட திராவிடத்திற்கு வாழ்வளிக்கும் போருக்குப் புறப்படுகிறேன். புலம்ப வேண்டாம். புன்னகையோடு விடை தாருங்கள்" என்று சொல்லிவிட்டுக் கடைசியாக உங்களிடமும் சொல்லிக் கொள்ள வந்திருக்கிறேன்!

போர் முரசு கொட்டியாகிவிட்டது! களம் நோக்கிச் செல்ல காளைகள் தயாராகி விட்டனர்! நான் அவர்களை அழைத்துச் செல்ல வேண்டும். ஆசிகூறி அனுப்புங்கள்!

அன்புள்ள பெரியோர்களே! அனுபவம் மிக்கவர்களே! தாயகத்தின் நிலையறிந்த தந்தைமாரே! உங்கள் தனயன் போருக்குச் செல்ல விடை கேட்கிறான்! களிப்புடன் கொடுத் தனுப்புங்கள்!

அன்புள்ள தாய்மாரே! வீர மக்களைத் தமிழகத்திற் களித்தவர்களே!

நேற்றைய போரிலே கணவன் இறந்தான், முன்னொரு நாள் தமயனும் மடிந்தான், இருந்தும் இன்று மீண்டும் போர்ப்பறை ஒலிக்கக் கேட்டு, பால் மணம் மாறா பாலகன், தனது ஒரே மகனை யழைத்து எண்ணெயிட்டு தலைவாரி, புத்தாடையுடுத்தி, கையிலே வாளும் வேலும் கொடுத்து, உச்சி முகர்ந்து முத்தமிட்டு போர்க்களம் நோக்கி அனுப்பி உள்ளங்குளிர்ந்த தமிழ் மகள் குலத்தைச் சேர்ந்தவர்களே! எனக்கு விடை ஈந்து அனுப்புங்கள்!

விடை தந்து அனுப்புவதோடு வேலை முடிந்துவிட்டது என்று வாளாயிருந்து விடாதீர்கள்! எனது தலை சீவப் பட்டால், சிந்தும் செந்நீரைக் கண்டு, கண்ணீர் உகுப்பதோடு கடமை முடிந்து விட்டதாக கருதிவிடாதீர்கள்!

அப்படி நீங்கள் கருதினால் "அண்ணன் அன்னியன் தளை அறுக்கப் போராடி அழிந்தான்! தம்பியோ அழுவ தோடு தன் கடமைக்கு முற்றுப் புள்ளி வைத்துவிட்டான்" என்று எதிர்கால மக்கள் உங்களைத் தூற்றுவார்கள்!

எந்த வடவரைகள் சுமக்கச் செய்து தலை வணங்கச் செய்தோமே அந்த வடநாட்டார் இன்று நம்மை வாட்டி வதைக்கின்றனர்! மறந்து விடாதீர்கள்! இமயத்தில் கொடி பொறித்தோம் நாம்! இன்றோ அவர்கள் கொடி கட்டி ஆள்கிறார்கள்! உங்களை விட்டுப் பிரியும் நேரத்தில் சொல் கிறேன்! நினைவிருக்கட்டும்!

கடமை செய்யத் தவறிவிடாதீர்கள்! முதல் தளபதி நான்! அடுத்த தளபதி நீங்களில் ஒருவர்! இந்தவிதமாக தொடர்ச்சியாகப் போராட்டத்தை உங்கள் கடைசி சொட்டு ரத்தம் உள்ளவரை நடத்தி வாருங்கள்!

இதோ நீங்கள் எழுப்பும் இந்த ஆரவாரம், ஆர்வத் தைக் காட்டும் ஒலி முழக்கம், உற்சாகத்தான் எனக்கு உள்ள உறுதியைத்தருவது!

நான் மடிந்தால் தொடர்ந்து வர ஆயிரமாயிரம் பேர் உள்ளனர் என்ற இந்த மகிழ்ச்சி நான் வெற்றி நிச்சயம் என்ற நம்பிக்கையளிக்கிறது! இனி சாலைவழி பற்றி எனக்கு அக்கறையில்லை!

இந்த போராட்டத்தில் ஒன்று வெற்றி ஊர்வலம் அல்லது கருணாநிதியின் சவ ஊர்வலம்தான் நடக்க வேண்டும்!

களிப்புடன் சென்று வருகிறேன்! வாகை சூடிவர வாழ்த்தியனுப்புங்கள்!

★★★

9 788199 677050